எனக்கு வேலை கிடைக்கும்!

வேலை தேடுவோருக்கு உதவும் ஓர் எளிமையான, முழுமையான வழிகாட்டி

எனக்கு வேலை கிடைக்கும்!

வேலை தேடுவோருக்கு உதவும் ஓர் எளிமையான, முழுமையான வழிகாட்டி

என். சொக்கன்

ZDP
SPECIFICS

Title: Enakku Velai Kidaikkum
Author's Name: N Chokkan

Published by ZDP Specifics

SPECIFICS

(An imprint of Zero Degree Publishing)
No. 55(7), R Block, 6th Avenue,
Anna Nagar,
Chennai - 600 040

Website: www.zerodegreepublishing.com
E Mail id: zerodegreepublishing@gmail.com
Phone: 89250 61999

ZDP Specifics First Edition: May 2022
ISBN: 978-93-93882-25-7
TITLE NO EP: 17

Cover Design & Layout: Vijayan, Creative Studio

பொருளடக்கம்

1. எல்லாருக்கும் ஒரு வேலை 7

2. 24 மணி நேரம் மட்டும்தான் 11

3. பாதை மாற்றங்கள் 17

4. இருவரும் சமம் 21

5. தூண்டிலும் துப்பாக்கியும் 26

6. இரண்டாயிரத்தில் ஒருவன் 31

7. நேரடித் தாக்குதல் 37

8. தொழில்நுட்ப ஜாதகம் 42

9. வடிகட்டும் பரீட்சைகள் 58

10. அரட்டையடிக்கலாம் வாங்க 67

11. மென் திறமைகள் 72

12. கடைசிப் பந்தில் எத்தனை ரன்? 159

13. இருட்டறைக்குள் கொஞ்சம் வெளிச்சம் 165

14. வாசல் திறக்கிறது 174

1. எல்லாருக்கும் ஒரு வேலை

'*எனக்கு வேலை கிடைக்குமா?*'

அந்த இளைஞர் மிகுந்த எதிர்பார்ப்புடன் காத்திருந்தார். பதற்றத்தில் அவருடைய கைவிரல் நகங்களெல்லாம் காணாமல் போய்க்கொண்டிருந்தன.

சும்மாவா? இந்திய விமானப்படையில் சேரும் அபூர்வமான வாய்ப்பு. இந்த இன்டர்வ்யூவில் மட்டும் ஜெயித்துவிட்டால் போதும், தரையில் கால் பதிக்காமல் ஆகாயத்திலேயே உலகத்தைச் சுற்றிவரலாம்.

ஒருவர் இருவர் அல்ல, எட்டுப் பேருக்கு அந்த வாய்ப்பு கிடைக்கப்போகிறது. அவர்களில் ஒருவராகத் தன்னாலும் இடம் பிடிக்கமுடியும் என்கிற நம்பிக்கையுடன் காத்திருந்தார் அவர்.

இதற்காக, அவர் இந்தியாவின் ஒரு முனையிலிருந்து இன்னொரு முனைக்குப் பயணம் செய்து வந்திருந்தார். அவருடைய அற்புதமான திறமை, புத்திசாலித்தனத்துக்கு, இதுபோன்ற இன்டர்வ்யூக்கள் சர்வ சாதாரணம், பிரமாதமாகப் பிய்த்து உதறியிருந்தார்.

ஆகவே, தனக்கு வேலை நிச்சயமாகக் கிடைக்கும் என்பதில் அந்த இளைஞருக்குச் சந்தேகம் எதுவும் இல்லை. மிகுந்த ஆவலுடன் தேர்வு முடிவுகளை எதிர்பார்த்துக்கொண்டிருந்தார்.

சில நிமிடங்களுக்குப்பிறகு, விமானப்படை அதிகாரி ஒருவர் உள்ளேயிருந்து வந்தார். மொத்தம் இருபத்தைந்து பேர் கலந்துகொண்ட இன்டர்வ்யூவில், எட்டுப் பேரைத் தேர்வு செய்திருப்பதாக அறிவித்தார்.

அவர் ஒவ்வொரு பேராகப் படிக்கப் படிக்க, அந்த இளைஞரின் பதற்றம் அதிகரித்துக்கொண்டே இருந்தது. ஒன்று, இரண்டு, மூன்று, நான்கு, ஐந்து, ஆறு, ஏழு, எட்டு.

அவ்வளவுதான். எல்லாம் முடிந்துவிட்டது!

வெற்றிபெற்றவர்களின் பெயர்ப் பட்டியலில், அந்த இளைஞருக்கு இடம் இல்லை. அவர் நிராகரிக்கப்பட்டுவிட்டார்.

இமய மலையின் உச்சியிலிருந்து கீழே விழுந்ததுபோல் மனம் உடைந்தார் அவர். என்ன ஆயிற்று? எல்லாக் கேள்விகளுக்கும் ஒழுங்காகத்தானே பதில் சொன்னேன், பிறகு ஏன் என்னை நிராகரித்துவிட்டார்கள்?

இப்போது புலம்பி என்ன பிரயோஜனம்? ‘உனக்கு இங்கே வேலை இல்லை’ என்று நிராகரித்துவிட்டார்கள். இன்னும் சிறிது நேரம் இங்கேயே உட்கார்ந்திருந்தால், இழுத்து வெளியே தள்ளிக் கதவைச் சாத்திவிடுவார்கள்.

விரக்தியுடன் அந்த அறையிலிருந்து வெளியே வந்தார் அவர். கடவுளே, இனிமேல் என் எதிர்காலம் என்ன ஆகப்போகிறது? எனக்கு இன்னொரு வேலை கிடைக்குமா? அல்லது இப்படித் திரும்பத் திரும்ப நிராகரிக்கப்பட்டு, வாழ்க்கைமுழுவதும் தோல்விக்குச் சொந்தக்காரனாக நான் வாழவேண்டியதுதானா?

இந்தக் கதை நமக்கெல்லாம் மிகவும் பரிச்சயமானதாகத் தோன்றுகிறது. இல்லையா? ‘உனக்கு வேலை இல்லை’ என்று

நிராகரிக்கப்பட்ட அந்த இளைஞரின் சோக மனோநிலையை நம்மால் நன்கு உணரமுடிகிறதுதானே?

'எனக்கு வேலை கிடைக்குமா?' என்பதுதான் இன்றைய இந்திய இளைஞர்களின் மனத்தில் சுழன்றுவருகிற பெரிய கேள்வியாக இருக்கிறது. கல்லூரி நாள்களில் இருந்து, சொல்லப்போனால் பள்ளியில் படிக்கும்போதே இந்தக் கேள்வியை அவர்கள் மனத்துக்குள் உருட்டத் தொடங்கிவிடுகிறார்கள்.

ஒருவேளை இளைஞர்கள் இதை மறந்து சும்மா இருந்தாலும், சுற்றியிருக்கிறவர்கள் விடமாட்டார்கள், 'என்னப்பா படிக்கிறே? என்ன மார்க்? என்ன ரேங்க்? இப்படியெல்லாம் அலட்சியமா இருந்தா, உனக்கு எப்படி நல்ல வேலை கிடைக்கும்?' என்றெல்லாம் அக்கறையாகக் கேட்பதுபோல் கத்தி செருகுவார்கள்.

இதனால், 'எனக்கு வேலை கிடைக்குமா?' என்று கவலைப்படாத இந்திய இளைஞர்களே இல்லை என்று தயங்காமல் சொல்லிவிடலாம்! படிக்கிறவர்கள், படிப்பை முடித்து வேலை தேடத் தொடங்குபவர்கள், கிடைத்த வேலையில் திருப்தியில்லாமல் இருக்கிறவர்கள், இன்னும் உயரே செல்ல விரும்புகிறவர்கள் என நம்மில் பலரும் பலவிதமாக இந்தக் கேள்வியைத் திரும்பத் திரும்பக் கேட்டுக்கொண்டிருக்கிறோம்.

ஆரம்பத்தில் சாதாரணமாகத் தொடங்குகிற இந்தக் கேள்வி, மிகக் குறுகிய காலகட்டத்துக்குள், வாழ்வா, சாவா பிரச்னையாகிவிடுகிறது. அதன்பிறகு, ஒவ்வொரு தோல்வியும், ஒவ்வொரு நிராகரிப்பும், நம்முடைய நம்பிக்கையைக் குலைக்கிறது, கூனிக்குறுக வைக்கிறது, எதிர்காலம் என்ன ஆகுமோ என்று நடுக்கமூட்டுகிறது.

அதனால்தான், ஆரம்பத்தில் நாம் பார்த்த அந்தக் கதையில் வரும் இளைஞர், நம் எல்லோருக்கும் நெருக்கமானவராக இருக்கிறார்!

கொஞ்சம் பொறுங்கள், அது கதை அல்ல, 100% நிஜம்!

அப்படியானால், 'இந்திய விமானப் படையில் உனக்கு வேலை இல்லை' என்று நிராகரிக்கப்பட்ட அந்த இளைஞர் என்ன ஆனார்?

அடுத்த சில தினங்களுக்குள், அவருக்கு இன்னொரு வேலை கிடைத்தது. அங்கிருந்து தனது திறமை, உழைப்பின்மூலம் படிப்படியாக வளர்ந்து, பெரிய நிலைக்கு முன்னேறினார். ஒருகட்டத்தில், தொடக்கத்தில் அவரை நிராகரித்த அந்த 'இந்திய விமானப்படை'க்கே தலைவராக உயர்ந்தார்.

அந்த இளைஞரை, உங்களுக்கெல்லாம் நன்றாகத் தெரியும், இந்தியாவின் முன்னாள் குடியரசுத்தலைவர், 'பாரதரத்னா' டாக்டர் ஏ. பி. ஜெ. அப்துல் கலாம்தான் அவர்!

அப்துல் கலாம், ஒரு சின்ன எடுத்துக்காட்டுதான். இன்றைக்கு நாம் இப்படிப் பார்த்துப் பிரமிக்கிற பெரிய தலைவர்கள், தொழில் அதிபர்கள், கலைஞர்கள், எழுத்தாளர்கள், விளையாட்டு வீரர்கள் யாரை வேண்டுமானாலும் எடுத்துக்கொள்ளுங்கள், அவர்களும் தங்களுடைய வாழ்க்கையின் ஏதோ ஒரு கட்டத்தில், இதே கேள்வியைத் தங்களுக்குள் கேட்டுக்கொண்டவர்களாகத்தான் இருப்பார்கள், 'எனக்கு வேலை கிடைக்குமா?'

இந்த விஷயத்தில் உங்களுக்குச் சந்தேகமே வேண்டாம், கிடைக்கும். நிச்சயமாகக் கிடைக்கும்!

உலகத்தில் நாம் எல்லோரும், ஏதோ ஒரு கடமையை ஆற்றுவதற்காகத்தான் வந்திருக்கிறோம். அதற்கான வாய்ப்பு நமக்குக் கிடைக்கும்வரை காத்திருக்கவேண்டும், இடையில் வரும் நிராகரிப்புகள், தோல்விகளையெல்லாம் மறந்து முன்னேறப் பழகவேண்டும்.

இங்கே அனைவருக்கும் ஒரு வேலை உண்டு, அதுவும் தகுதியான, பொருத்தமான, நல்ல சம்பளத்துடன் கூடிய வேலை கட்டாயமாக உண்டு. அதைத் தேடுகிற பயணத்தில் உங்களுக்கு உதவுவதற்காகவே இந்த நூல்!

2. 24 மணி நேரம் மட்டும்தான்

இன்றைய தேதிக்கு, இந்தியாவில் ஒரு கட்சி ஆட்சியைப் பிடிக்கவேண்டும் என்று விரும்பினால், ரொம்ப சுலபம்!

இதற்கு அவர்கள் செய்யவேண்டியதெல்லாம், ஒன்றே ஒன்றுதான்: மக்களுக்கு ஒரு சின்ன வாக்குறுதி கொடுக்கவேண்டும், அது போதும்!

'நாங்கள் ஆட்சி அமைத்தால், நாட்டில் வேலையில்லாத இளைஞர்கள் எல்லோருக்கும் வேலை கொடுப்போம்'

சிரிக்காதீர்கள். நிஜமாகவே, இந்த ஒரு பிரச்னையைச் சரி செய்துவிட்டால், இங்கே பல குடும்பங்கள் முன்னுக்கு வந்துவிடும், அந்தக் குடும்பங்களுடைய ஓட்டெல்லாம், இந்தக் கட்சிக்குதான் விழும், அவர்கள் சுலபமாக ஆட்சியைப் பிடித்துவிடலாம்.

அதன்பிறகுதான் நிஜமான பிரச்னையே தொடங்குகிறது.

ஆயிரக்கணக்கில், லட்சக்கணக்கில், கோடிக்கணக்கில் வேலையில்லாத இளைஞர்கள் நம் நாட்டில் இருக்கிறார்கள். ஒவ்வொருவரும் வெவ்வேறு விஷயங்களைப் படித்தவர்கள்,

விதவிதமான தகுதிகள், திறமைகள், அனுபவங்களைக் கொண்டவர்கள். அவர்கள் எல்லோருக்கும் பொருத்தமான, அவர்களுக்குத் திருப்தியளிக்கக்கூடிய ஒரு வேலையைத் தேடிக் கண்டறிவது என்றால், சாதாரண விஷயமா?

அதனால்தான், எந்த அரசாங்கத்தாலும் தீர்க்கமுடியாத ஒரு பிரச்னையாக, இந்தியாவின் வேலையில்லாத் திண்டாட்டம் தொடர்கிறது. எந்தக் கட்சி ஆட்சிக்கு வந்தாலும், இந்த ஒரு பூதத்தைமட்டும் ஒழிக்கமுடிவதில்லை.

காரணம், இந்தப் பிரச்னைக்கான தீர்வு, கட்சிகளிடம் இல்லை, பாராளுமன்றத்திடம் இல்லை, மாவட்ட ஆட்சியாளர்களிடம் இல்லை, நகரத் தலைவர்களிடம் இல்லை, ஊராட்சி மன்ற உறுப்பினர்களிடம் இல்லை, நம்மைப்போன்ற தனிநபர்களிடம் இருக்கிறது.

ஒரு விஷயம் தெளிவாகப் புரிந்துகொள்ளுங்கள். வேலை என்பதை யாரும் நமக்குத் தங்கத் தட்டில் வைத்து நீட்டப்போவதில்லை, நாமாக உழைத்துதான் அதைச் சம்பாதித்தாகவேண்டும்.

வேலையில் சேர்ந்தபிறகு சம்பாதிப்பது வேறு விஷயம், அதற்குமுன்னால், அந்த வேலையைச் சம்பாதித்துக் கொள்வதுதான் நம்முடைய முதல் கடமை.

சில அதிர்ஷ்டசாலிகளை, வேலை தேடி வருகிறது. அவர்களைப் பற்றி நாம் இங்கே பேசப்போவதில்லை, உங்களையும் என்னையும்போன்ற சாதாரண மனிதர்கள், திறமைசாலிகள், உழைக்கத் தயாராக இருப்பவர்கள், ஆனால் அவர்களிடம் ஒரு வேலை இல்லை. எப்படி அதனைத் தேடிப் பிடிப்பது?

சுமார் கால் நூற்றாண்டு காலத்துக்குமுன்னால், தமிழில் வெளியான எந்தத் திரைப்படத்தை எடுத்துக்கொண்டாலும், நீங்கள் ஒரு விஷயத்தைக் கண்டிப்பாகப் பார்க்கலாம்: அதில் வரும் கதாநாயகரோ, துணைநாயகரோ, அவர்களுடைய நண்பர்களோ வேலையில்லாதவர்களாக இருப்பார்கள், நன்றாக உடுத்திக்கொண்டு, கையில் ஃபைலுடன் ஒவ்வொரு

கம்பெனியாகச் செல்வார்கள், எல்லா இடத்திலும் ஏமாற்றப்பட்டுக் கோபத்தில் மூழ்குவார்கள், கண்டவர்களிடம் கை ஓங்குவார்கள், தண்ணியடிப்பார்கள், விரக்தியில் மிதப்பார்கள், அநேகமாக எல்லாப் படங்களிலும் திரும்பத் திரும்ப இதே காட்சிகளைப் பார்க்கமுடியும்.

முதலில் ஒரு விஷயத்தைப் புரிந்துகொள்ளுங்கள், அந்தக் காட்சிகளில் காட்டப்படுவது எதார்த்தம் அல்ல, நிஜமாகவே யாரும் வாழ்நாள்முழுக்க வேலை தேடி அலைந்துகொண்டிருப்பது இல்லை!

சினிமாவில் வருகிற காதலர்களைப்போல, நிஜ வாழ்க்கையில் மக்கள் மரத்தைச் சுற்றி டூயட் பாடுவதில்லை, அரை நிமிடத்துக்கு ஓர் உடை மாற்றுவதில்லை. அதுபோல, இந்த 'வேலை தேடும்' விரக்திக் காட்சிகளும் மிகைப்படுத்தப்பட்ட கற்பனைகள், அவ்வளவுதான். அதற்குமேல் அவற்றுக்கு மரியாதை கொடுக்கக்கூடாது.

நிஜத்தில், திறமையுள்ள ஓர் இளைஞர், உழைக்கத் தயாராகவும் இருக்கிறார் என்றால், அவருக்கு இன்று இல்லாவிட்டாலும் அடுத்த சில தினங்கள், வாரங்கள், மிஞ்சிப்போனால் ஒன்றிரண்டு மாதங்களுக்குள் வேலை கிடைத்துவிடும், நம்புங்கள்.

அதற்காக, வருடக்கணக்கில் வேலை இன்றி சிரமப்படுகிறவர்களே இந்தியாவில் இல்லை என்று சொல்லிவிடமுடியாது. ஆனால் அவர்கள் நிச்சயமாக விதிவிலக்குகள்தான். எல்லோரும் இப்படி நீண்ட நாள்களுக்கு வேலை கிடைக்காமல் தடுமாறுவதில்லை.

அதுமட்டுமில்லை, கொஞ்சம் ஊன்றிக் கவனித்தால், இந்தத் தொடர் தோல்விகளுக்கான காரணங்கள் அவர்களிடமேதான் இருக்கும். அவற்றைக் கண்டுபிடித்துச் சரிசெய்துவிட்டால், அவர்கள் இப்படி நெடுங்காலமாகச் சிரமப்பட்டுக்கொண்டிருக்கமாட்டார்கள்.

போகட்டும். இப்போது நாம் நம்முடைய ஆரம்பக் கேள்விக்குத் திரும்புவோம், எனக்கு வேலை கிடைக்குமா?

'நிச்சயமாகக் கிடைக்கும்' என்று ஏற்கெனவே சொல்லி விட்டோம். அதற்கான முயற்சிகளைத்தான் இப்போது தொடங்கப்போகிறோம்.

இல்லை இல்லை, நான் ஏற்கெனவே என்னுடைய முயற்சிகளைத் தொடங்கிவிட்டேன். ஆனால் எந்தப் பலனும் இல்லை.

அப்படியென்றால், என்ன அர்த்தம்?

பல இடங்களில் முயற்சி செய்தேன். ஆனால் எனக்கு வேலை கிடைக்கவில்லை.

அப்படியா? வெரி குட்!

என்ன இது? நான் வேலை கிடைக்கவில்லை என்று சொல்கிறேன், அதற்குப்போய் 'வெரி குட்' சொல்கிறீர்களே?

காரணம் இருக்கிறது. ஒருமுறை, இருமுறை தோல்வி அடைந்தால், அத்துடன் நம்பிக்கை இழந்துவிடாமல், இன்னும் 'எனக்கு வேலை கிடைக்குமா?' என்கிற கேள்வியைத் தொடர்ந்து கேட்டுக்கொண்டிருக்கிறீர்களே, அதுவே உங்களுடைய வெற்றிக்கான முதல் படி.

கவனியுங்கள், சென்ற அத்தியாயத்திலும் சரி, இங்கேயும் சரி, 'நமக்கு வேலை கிடைக்கும்' என்றுதான் உறுதியாகச் சொன்னோம், 'உடனே கிடைக்கும்' என்று சொல்லவில்லை.

இதன் அர்த்தம், வேலை தேடுதல் என்று வரும்போது, அது ஒரு தொடர் முயற்சி. முதல் படியிலேயே வெற்றியை எதிர்பார்க்கக்கூடாது.

சில அதிர்ஷ்டசாலிகளுக்கு அப்படி அமையலாம். ஆனால் பெரும்பாலானோர், அடுத்தடுத்த முயற்சிகளில்தான் சிகரம் தொடுகிறார்கள்.

அதுவரை, தோல்விகளால் சலிப்படையாமல், நம்பிக்கை இழக்காமல் விடாமுயற்சியுடன் தொடர்ந்து போராட

வேண்டியிருக்கிறது. இதுதான் எதார்த்தம், வேறு வழி இல்லை!

நம்முடைய பேனாவைக் காணவில்லை, தேடுகிறோம். அப்போது, நாம் தேடுகிற முதல் இடத்திலேயேவா பேனா கிடைத்துவிடுகிறது?

ம்ஹூம், இல்லை, கட்டிலுக்குக் கீழே, மேஜை டிராயர்களில், ஜன்னல் அருகே, டிவிக்கு மேலே என்று பல இடங்களில் தொடர்ந்து தேடினால்தான், தொலைந்த பொருள் அகப்படுகிறது.

வேலை தேடுவதும் அப்படித்தான், திரும்பத் திரும்ப முயற்சி செய்தால்மட்டுமே, நமக்குப் பொருத்தமான ஒரு வேலையைத் தேடிப் பிடிக்கமுடிகிறது.

இந்த முயற்சிகள் ஒவ்வொன்றையும், ஒரு பயிற்சியாக நினைத்துக்கொள்ளுங்கள். அதற்குமேல், அதை நினைத்து வருந்துவதில் அர்த்தம் இல்லை.

அமெரிக்காவில் டான் ஷூலா *(Don Shula)* என்று ஒரு புகழ் பெற்ற பயிற்சியாளர். இவர் தன்னிடம் பயிற்சி பெறும் விளையாட்டு வீரர்கள் எல்லோருக்கும் '24 மணி நேர ஃபார்முலா' ஒன்றைச் சொல்லித்தந்தார்.

நீங்கள் ஒரு போட்டியில் விளையாடுகிறீர்கள், வெற்றி பெறுகிறீர்கள், அல்லது தோல்வியடைந்துவிடுகிறீர்கள். எதுவானாலும், இப்போது, உங்களுக்கு 24 மணி நேரம் டைம்!

ஒருவேளை, போட்டியில் நீங்கள் ஜெயித்திருந்தால், இந்த இருபத்து நான்கு மணி நேரங்களையும் சந்தோஷமாகக் கொண்டாடுங்கள், பிரமாதமாகச் சாப்பிடுங்கள், டான்ஸ் ஆடுங்கள், பார்ட்டி நடத்துங்கள், என்ன வேண்டுமானாலும் செய்துகொள்ளுங்கள்.

அப்படியில்லாமல், தோற்றுப்போயிருந்தால்? அப்போதும் இதே இருபத்து நான்கு மணி நேரங்கள்தான், தோல்வியில் மூழ்கித் திளையுங்கள், உங்களை நீங்களே திட்டிக்கொள்ளுங்கள், கதறி

அழுங்கள், அம்மாவிடம் சொல்லிப் புலம்புங்கள்.

ஆனால், வெற்றியோ, தோல்வியோ, 24 மணி நேரம்மட்டும்தான். அதன்பிறகு, அதைப்பற்றி மறந்துவிடவேண்டும், அடுத்த போட்டிக்குத் தயாராகிவிடவேண்டும்.

இதுதான், டான் ஷுலாவின் வெற்றி ஃபார்முலா. இதைப் பயன்படுத்தி, அமெரிக்காவின் மிகச் சிறந்த விளையாட்டு வீரர்கள் பலரை உருவாக்கிச் சரித்திரத்தில் இடம் பிடித்தார் அவர்.

வேலை தேடுகிற நமக்கும் இந்த '24 மணி நேர ஃபார்முலா' பொருந்தும். ஒருவேளை ஓர் எழுத்துத் தேர்வு, அல்லது இன்டர்வ்யூ சொதப்பிவிட்டால், 24 மணி நேரம் கவலைப்படலாம், அதன்பிறகும் அதை நினைத்துச் சுருண்டு கிடந்தால் ஆகாது, சுறுசுறுப்பாக முகம் கழுவிக்கொண்டு அடுத்த சவாலுக்குத் தயாராகிவிடவேண்டும்.

நாம் சாப்பிடுகிற ஒவ்வோர் அரிசியிலும், நம்முடைய பெயர் எழுதப்பட்டிருக்கிறது என்று சொல்வார்கள். அதுபோல, நமது பெயர் எழுதிய ஒரு நாற்காலி, மேஜை, எங்கோ ஓர் அலுவலகத்தில் நமக்காகக் காத்திருக்கிறது. சின்னச் சின்ன தாற்காலிகத் தோல்விகளால் துவண்டுவிடாமல், முனைப்போடு தேடினால், கூடிய சீக்கிரம் அது நமக்குக் கிடைத்துவிடும்!

3. பாதை மாற்றங்கள்

ஒரு தாத்தா, நாற்காலியில் சாய்ந்து படுத்துக்கொண்டிருந்தார், அப்போது அங்கே அவருடைய பேரன் ஓடி வந்தான்.

பேரனைப் பார்த்ததும், அன்போடு அவனை அழைத்தார் தாத்தா, 'என்னடா பையா? எப்படிப் படிக்கிறே?'

'நல்லாப் படிக்கிறேன் தாத்தா' என்றான் சிறுவன்.

'நீ சமஸ்கிருதம் படிக்கணும்' என்றார் தாத்தா, 'சமஸ்கிருதம் படிச்சா, மேல் உலகத்திலே நல்லா இருக்கலாம்.'

இப்படிச் சொல்லிவிட்டு சிறிது யோசித்தவர், சட்டென்று தன் மனத்தை மாற்றிக்கொண்டார், 'இல்லேன்னா, நீ இங்க்லீஷ் படி, அப்பதான், இந்த உலகத்திலயே நல்லா இருக்கலாம்.'

அவருடைய பேரன், இந்த இரண்டுக்கும் தலையாட்டாமல் விழித்துக்கொண்டிருந்தான். அதைப் பார்த்துச் சிரித்தார் தாத்தா, 'என்னடா? சமஸ்கிருதம் படிக்கிறியா? இல்லை, இங்க்லீஷ் படிக்கிறியா?'

'நான் தமிழ் படிக்கிறேன் தாத்தா' என்றான் அந்தச் சிறுவன்.

தாத்தாவுக்குக் கோபம், 'என்னடா தத்துப்பித்துன்னு உளறிக்கிட்டிருக்கே?' என்று அதட்டினார், 'சமஸ்கிருதம்

படிச்சா மேல் உலகத்தில நல்லா இருக்கலாம், இங்க்லீஷ் படிச்சா இங்கயே நல்லா இருக்கலாம், அப்புறம் எதுக்கு நீ தமிழ் படிக்கிறே?'

'தாத்தா, நீங்க சொல்றதெல்லாம் சரிதான். ஆனா, நான் தமிழ் படிச்சா, இந்த உலகத்திலயும் நல்லா இருப்பேன், மேல் உலகத்துலயும் நல்லா இருப்பேன்' என்று சொன்ன அந்தச் சிறுவன்தான், 'தமிழ்த் தாத்தா' எனப் போற்றப்படும் உ. வே. சாமிநாதையர்.

இந்தக் கதையை இங்கே சொல்வதற்குக் காரணம் இருக்கிறது, இப்போதெல்லாம், எந்த வேலை கிடைப்பதற்கு என்ன படிக்கவேண்டும் என்பதை யோசித்து, மக்கள் அதைமட்டும்தான் படிக்கிறார்கள்.

இதைத் தவறானபழக்கம் என்று சொல்லமுடியாது. ஆனால் அதேசமயம், உ. வே. சாமிநாதையர் சொன்னதுபோல், நம் மனத்துக்குப் பிடிக்கிற விஷயம் என்று ஒன்று இருக்கிறதில்லையா? அதில் கவனம் செலுத்திப் படிக்கிற சந்தோஷம் அலாதியானது. அப்போதுதான், நம்மால் முழு கவனம், அக்கறையைச் செலுத்தி உழைக்கமுடியும், ஆத்ம திருப்தியோடு முன்னேறமுடியும்.

அப்படியில்லாமல், அம்மா சொன்னார், அப்பா சொன்னார், பக்கத்து வீட்டு ஆட்டுக்குட்டி சொன்னது, அந்தப் புத்தகத்தில் எழுதியிருந்தார்கள், இந்தத் தொலைக்காட்சியில் சொன்னார்கள் என்பதற்காக வெவ்வேறு படிப்புகளைத் தலையில் போட்டுக்கொண்டு சிரமப்படுகிறவர்கள்தான் இங்கே அதிகம்.

இந்தச் சூழ்நிலையில், ஒரு கேள்வி தவிர்க்கமுடியாமல் எழுகிறது: நம்முடைய படிப்பு, திறமை, தகுதிக்கு ஏற்ற வேலையைத் தேடுவது புத்திசாலித்தனமா, அல்லது கிடைக்கும் வேலையில் தொற்றிக்கொள்வது நல்லதா?

இதுவா, அதுவா என்று இந்தக் கேள்விக்குச் சுலபமாகப் பதில் சொல்வதற்கில்லை. காரணம், ஒவ்வொருவருக்கும் இந்த விஷயம் மாறுபடுகிறது. சிலர், சரியான வேலை அமைவதற்காகக் காத்திருப்பார்கள், வேறு சிலர், கிடைத்ததை ஏற்றுக்கொண்டு

பயணத்தைத் தொடர்வார்கள்.

நம் ஊரில், வேலையில்லாதவர்கள், வேலை தேடுகிறவர்களுக்குப் பல பொருளாதாரப் பிரச்னைகள் இருக்கின்றன. பயோடேட்டா அச்சிடுவது, ஜெராக்ஸ் எடுப்பதில் தொடங்கி, புகைப்படங்கள், தபால் செலவு, நல்ல உடைகள், புத்தகங்கள், எழுத்துத் தேர்வு, இன்டர்நெட்டுக்கு நேரில் சென்று வருவது என ஏகப்பட்ட செலவுகள். இதற்கெல்லாம், பெரும்பாலும் அவர்களுடைய பெற்றோர்தான் உதவி செய்யவேண்டியிருக்கிறது.

ஆரம்பத்தில் எல்லாம் ஒழுங்காகத்தான் இருக்கும். ஆனால் ஒரு சில தோல்விகள், நிராகரிப்புகளுக்குப்பிறகு, சொந்தப் பெற்றோர்கூட, 'இவனுக்காக இன்னும் செலவழிக்கவேண்டியிருக்கிறதே' என்பதுபோல் சலித்துக்கொள்ள ஆரம்பித்துவிடுகிறார்கள். நம் ஊரில் இதற்கென்றே 'தண்டச்சோறு' என்று ஒரு வார்த்தை உண்டாக்கிவைத்திருக்கிறார்கள்.

அவர்களையும் குற்றம் சொல்வதற்கில்லை, ஒரு கட்டத்துக்குமேல் எல்லோரும் சொந்தக் காலில் நிற்பதுதான் கௌரவம்.

ஆகவே, தகுதியான வேலைக்காக நான் காத்திருப்பேன் என்பவர்கள் இதை அவசியம் யோசித்துக்கொள்ளவேண்டும். நீங்கள் காத்திருக்கத் தயார், ஆனால் மற்றவர்கள்?

மேலை நாடுகளில், பெரும்பாலானோர் படிக்கும்போதே வேலைக்குச் செல்கிறார்கள். கடைகளில் உதவிப் பையன்களாக, தொழிற்சாலைகளில் இயந்திரப் பயிற்சி பெறுகிறவர்களாக, கடிதங்கள், பூங்கொத்துகள் டெலிவரி செய்கிறவர்களாக, ஏன் ஹோட்டலில் பாத்திரம் கழுவும் வேலைக்குக்கூட அவர்கள் தயார்.

இதையெல்லாம், அவர்கள் கேவலமாக நினைப்பதில்லை. எல்லாம் ஒரு பயிற்சிதான், தவிர, இதன்மூலம் அவர்களுக்குக் கணிசமான பாக்கெட் மணி கிடைக்கிறது!

நாம் அந்த அளவுக்குப் போகவேண்டியதில்லை. ஆனால் அதேசமயம், தகுதிக்கு ஏற்ற வேலை கிடைக்கும்வரை, ஏதோ

கிடைக்கிற வேலையை ஏற்றுக்கொள்ளலாம். அதன்மூலம் கிடைக்கிற சொற்ப வருமானம், நம்முடைய வேலை தேடும் செலவுகளுக்குப் பயன்படும்.

அதுமட்டுமில்லை, பெரும்பாலான பெரிய நிறுவனங்கள், தங்களிடம் விண்ணப்பிக்கிறவர்களிடம் முன் அனுபவம் எதிர்பார்ப்பார்கள். இதற்கும் நீங்கள் ஏற்றுக்கொள்கிற சுமாரான வேலைகள் பயன்படும்.

கடைசியாக, 'வேலை தேடிக்கொண்டிருக்கிறோம்' என்பதைவிட, ஏதோ ஒரு வேலையில் சேர்ந்து பணியாற்றுகிறோம் என்கிற உணர்வே, நமக்கு அளவற்ற தன்னம்பிக்கையைத் தருகிறது. அது என்னதான் குப்பை வேலையாக இருந்தாலும், இங்கிருந்து நாம் மேலே மேலே போகமுடியும் என்கிற நம்பிக்கை அதிகரிக்கிறது.

இதையெல்லாம் தொகுத்துப் பார்க்கையில், இன்றைய காலகட்டத்தில், தகுதிக்கேற்ற வேலைக்காகக் காத்திருப்பதைவிட, கிடைக்கிற வேலையில் தொற்றிக்கொள்வதுதான் புத்திசாலித்தனம் என்று புரிகிறது.

ஆனால் ஒன்று, இப்படிக் 'கிடைக்கிற' வேலையே நமக்கு நிரந்தரம் என்று செட்டிலாகிவிடக்கூடாது. தொடர்ந்து, நம்முடைய இலக்கு எதுவோ அதில் கவனமாக இருக்கவேண்டும்.

முயல், ஆமை கதை ஞாபகம் இருக்கிறதுதானே? பாதி ரேஸில் களைத்துப்போய் தூங்கிய முயல், அங்கேயே தூங்கிக்கொண்டு இருந்த காரணத்தால்தான், போட்டியில் தோற்றுப்போனது.

அதுபோல, இந்த வேலை நமக்கு நிரந்தரம் இல்லை, தாற்காலிகம்தான், நம்முடைய இலக்கு வேறு எங்கோ இருக்கிறது என்கிற கவனம் நம்மிடம் இருக்கவேண்டும். இதில்மட்டும் நாம் தெளிவாக இருந்துவிட்டால், இந்தச் சிறிய பாதைமாற்றம் நம்மைப் பாதிக்காது, தகுதியான வேலையை நோக்கி நம் பயணம் எப்போதும்போல் தொடரும்!

4. இருவரும் சமம்

உங்களுக்கு அரசாங்க வேலை வேண்டுமா, அல்லது தனியார் வேலை வேண்டுமா?

என்ன நக்கலாகச் சிரிக்கிறீர்கள்? நான் கேட்ட கேள்விக்கு முதலில் பதில் சொல்லுங்கள்.

ஏன் சார் இப்படிக் கலாய்க்கறீங்க? நாம இருக்கிற லட்சணத்துக்கு, ஏதோ ஒரு வேலை கிடைச்சாப் போதாதா? இதுதான் வேணும்ன்னு தேர்ந்தெடுத்து வேலையில சேர்ற நிலைமையிலயா நாம இருக்கோம்?

அதாவது, நாம் வேலையைத் தேர்ந்தெடுப்பதில்லை, வேலை கொடுக்கிறவர்கள்தான் நம்மைத் தேர்ந்தெடுக்கிறார்கள். இல்லையா?

மிக மிகத் தவறான மனோபாவம் இது. ஒரே ஒருமுறை, இந்த எண்ணத்தை நமக்குள் வளர்த்துக்கொண்டுவிட்டால் போதும், அதன்பிறகு வாழ்நாள்முழுக்க நாம் தாழ்வு மனப்பான்மையிலேயே மூழ்கிக் கிடக்கவேண்டியதுதான்.

நீங்கள் ஒரு நிறுவனத்தில் வேலைக்குச் சேர்கிறீர்கள். அவர்கள் உங்களுக்கு வேலை தருகிறார்கள், மாதம் பிறந்தால் சம்பளம்

தருகிறார்கள். ஆனால் அதற்காக, நீங்கள் அவர்களைவிடத் தாழ்ந்தவர்கள் என்று அர்த்தம் இல்லை.

சும்மாவா சம்பளம் தருகிறார்கள்? வாங்குகிற காசுக்குக் கொஞ்சமும் குறைச்சல் இல்லாமல் நம்மிடம் வேலை வாங்கிவிடுகிறார்கள்தானே?

அதாவது, நாம் செய்த வேலைக்குப் பலனாகச் சம்பளம் வாங்கிக்கொள்கிறோம். இதற்கும் அதற்கும் சரியாகப் போச்சு!

ஆகவே, நாம் நமக்கு வேலை தருகிற நிறுவனத்தை உசத்தியாகவும், நம்மைத் தாழ்வாகவும் நினைத்துக்கொள்ளவேண்டிய அவசியமே இல்லை. இரண்டும் சரிசமம்தான்.

ஓர் ஆணும் பெண்ணும் திருமணம் செய்துகொள்கிறார்கள் என்றால், மண வாழ்க்கையில் அவர்கள் இருவருக்கும் வெவ்வேறு பொறுப்புகள் இருக்கின்றன. அவற்றை அவர்கள் ஒழுங்காக நிறைவேற்றினால்தான், குடும்பம் ஒழுங்காக நடக்கும்.

அதுபோல, ஒரு நிறுவனத்தில் வேலைக்குச் சேர்கிறவர்கள், தங்களுடைய கடமைகளைச் சிறப்பாக நிறைவேற்றவேண்டும், பதிலுக்கு அந்த நிறுவனம் அவர்களுடைய தேவைகளை அக்கறையோடு கவனித்து, உரிய சம்பளமும் தரவேண்டும். அதுதானே நியாயம்?

இப்போது சொல்லுங்கள், இதில் யார் உசத்தி? யார் மட்டம்? இருவரும் ஒழுங்காகத் தங்களுடைய வேலைகளைச் செய்தால்தானே, அந்த நிறுவனம் நன்றாக இயங்கமுடியும்?

வேலை தேடும்போதே, இந்த எண்ணத்தை அழுத்தமாக மனத்தில் பதித்துக்கொள்ளுங்கள்: அந்த நிறுவனம் என்னுடைய திறமைகளை வெளிக்காட்ட ஒரு வாய்ப்பைத் தருகிறது, பதிலுக்கு நான் என்னுடைய உழைப்பைத் தருகிறேன், இதனால் இருவருக்கும் லாபம்தான். அந்தப் பெருமித உணர்வு என்றைக்கும் உள்ளுக்குள் இருக்கவேண்டும்.

ஆகவே, அரசாங்க வேலை வேண்டுமா, தனியார் வேலை வேண்டுமா? நகரத்தில் வேலை செய்ய விருப்பமா, அல்லது கிராமத்திலா? உள்ளூரா, வெளியூரா? என்ன சம்பளம் எதிர்பார்க்கிறீர்கள்? எப்படிப்பட்ட வேலை வேண்டும்? இப்படியெல்லாம் யாரேனும் கேட்டால், அசட்டுத்தனமாகச் சிரிக்கவேண்டியதில்லை. 'நீங்க கொடுக்கறதைக் கொடுங்க எசமான்' என்று தலையைச் சொறியவேண்டியதில்லை. எனக்கு இதுதான் வேண்டும் என்று தைரியமாக நெஞ்சு நிமிர்த்திச் சொல்லலாம், கேட்கலாம். இது திமிர் அல்ல, தன்னம்பிக்கை, சுயமரியாதை.

அதேசமயம், நாம் கவனிக்கவேண்டிய இன்னொரு விஷயம், இப்படி நாம் 'விரும்பும்' விஷயங்களைத் தீர்மானித்துவிட்டபிறகு, அதிலேயே என்றென்றும் தொற்றிக்கொண்டிருக்கவேண்டும் என்கிற அவசியம் கிடையாது. காலப்போக்கில் நம்முடைய மனம் மாறலாம், வயது, முதிர்ச்சி காரணமாக விருப்பங்கள் மாறுபடலாம், அல்லது சூழ்நிலை நம்முடைய விருப்பங்களை மாற்றிவிடலாம்.

எடுத்துக்காட்டாக, இருபத்தைந்து வயதில், தனியார் வேலைதான் வேண்டும் என்று பிடிவாதம் பிடித்த ஒருவர், நான்கு கம்பெனிகளில் சேர்ந்து லோல்பட்டபிறகு, 'கால் காசானாலும் கவர்ன்மென்ட் காசு' என்கிறார், 'குறைந்தது பத்தாயிரம் ரூபாய் சம்பளம் இருந்தால்தான் வேலைக்குப் போவேன்' என்று ஒற்றைக் காலில் நிற்கிறவர், கையில் இருக்கும் சேமிப்பு கரைந்தபிறகு, இரண்டாயிரத்துக்கும், மூவாயிரத்துக்கும் ஒத்துக்கொள்கிறார்.

இவையெல்லாம், பெரிய குற்றங்கள் அல்ல. சொல்லப்போனால், எதார்த்தத்துக்கு ஏற்ப நம்மை மாற்றிக்கொள்வது பெரிய புத்திசாலித்தனம், அதனால் பல அவஸ்தைகளைத் தவிர்க்கமுடியும்.

ஆகவே, இப்போது உங்களை நீங்களே இந்தக் கேள்வியைக் கேட்டுக்கொள்ளுங்கள்: இன்றைய சூழ்நிலையில், என்னுடைய

தகுதி, திறமை, அனுபவத்துக்கு, எப்படிப்பட்ட வேலை எனக்குப் பொருத்தமானது? அதைத்தான் நான் தேடப்போகிறேன்!

இப்போது, நம்முடைய ஆரம்பக் கேள்விக்கு வருவோம், அரசாங்க வேலை, தனியார் வேலை, என்ன வித்தியாசம்?

முதலில், நம் நாட்டில் தனியார் வேலைகள் அதிகம், அவற்றோடு ஒப்பிடும்போது அரசாங்க வேலை குறைவு.

சம்பள விஷயமும் இப்படித்தான். பெரும்பாலான தனியார் வேலைகளில் சீக்கிரமாகவே நன்கு சம்பாதிக்கலாம். ஆனால் அதே சம்பளம், அரசாங்க வேலைகளில், நாம் வாழ்நாள்முழுக்க உழைத்தால்தான் கிடைக்கும்.

ஆனாலும், நம் நாட்டில் அரசாங்க வேலைக்குதான் மரியாதை அதிகம். காரணம், அதில் இருக்கிற பாதுகாப்பு உணர்வு.

தனியார் நிறுவனங்கள் இன்றைக்கு இருக்கின்றன, நாளைக்கு இருக்குமா என்பது நிச்சயமில்லை. சம்பளத்தைக் கொட்டிக்கொடுத்து என்ன புண்ணியம்? நாளைக்கே ஏதேனும் ஒரு நஷ்டம் வந்து கம்பெனியே மூழ்கிவிட்டால் நாம் நடுத்தெருவில்தானே நிற்கவேண்டியிருக்கும்?

இப்படி யோசிக்கிற நம் அப்பா, தாத்தா பரம்பரை, தனியார் வேலையைவிட அரசாங்க வேலைதான் பாதுகாப்பானது என்று முடிவு கட்டியது. ஒருவருக்கு கவர்ன்மென்ட் உத்யோகம் கிடைத்துவிட்டது என்றால், அவ்வளவுதான், அவருடைய வாழ்க்கை நிம்மதியாக செட்டிலாகிவிட்டதாகவே அர்த்தம்!

ஆனால், இது சென்ற தலைமுறைச் சிந்தனை. இன்றைய நவீன உலகத்தில், இளைஞர்கள் அரசு வேலைக்கு அவ்வளவாக மரியாதை தருவதில்லை. என்னதான் ரிஸ்க் இருந்தாலும், தனியார் நிறுவனங்களில் சேர்வதையே விரும்புகிறார்கள்.

இதற்கு முக்கியக் காரணம், அவர்களுக்குத் தங்களுடைய திறமைமீது இருக்கிற நம்பிக்கை. இந்த வேலை போனாலும்,

இன்னொன்றைத் தேடிப் பிடித்துவிடலாம் என்று அவர்கள் உறுதியாக நம்புவதால்தான், தங்களுடைய தந்தை, தாத்தாவைப்போல் அரசாங்க வேலையில் தொற்றிக்கொண்டு காலத்தை ஓட்டாமல், தனியார் நிறுவனங்களில் சேர்கிறார்கள், நன்கு சம்பாதிக்கிறார்கள், வாழ்க்கை வசதிகளைப் பெருக்கிக்கொள்கிறார்கள்.

நீங்கள் அரசாங்க வேலைதான் உசத்தி என்று நினைக்கிறவராக இருக்கலாம், அல்லது தனியார் வேலையை விரும்புகிறவராக இருக்கலாம். இவற்றில் உங்கள் சாய்ஸ் எதுவானாலும், அதை முன்கூட்டியே தீர்மானித்துக்கொள்வது அவசியம்.

ஏனெனில், அரசாங்க வேலை தேடுவதற்கான வழிமுறைகள் முற்றிலும் மாறுபட்டவை, அங்கே குறைந்த காலி இடங்களுக்கு ஏராளமானோர் முட்டி மோதுவதால், போட்டி அதிகம், எல்லோரையும் சமாளித்து முன்னேறிச் செல்ல நிறையத் திறமையும் பொறுமையும் வேண்டும்.

அதோடு ஒப்பிடும்போது, தனியார் நிறுவனங்களில் வாய்ப்புகள் அதிகம், சம்பளம், சவுகர்யங்கள், முன்னேறுவதற்கான சாத்தியங்கள் என எல்லாமே அதிகம். ஆகவே, இங்கேயும் போட்டி அதிகம்தான்!

சுருக்கமாகச் சொன்னால், அரசு வேலையோ, தனியார் வேலையோ, அதைத் தேடிப் பிடிப்பதற்கான வழிமுறைகள்தான் மாறுகின்றன, நம்முடைய உழைப்பு ஒன்றுதான்!

5. தூண்டிலும் துப்பாக்கியும்

ஒருவர் சாலையோரத்தில் குனிந்து எதையோ மும்முரமாகத் தேடிக்கொண்டிருந்தார்.

அந்தப் பக்கமாகச் சென்ற ஒருவர், இதைப் பார்த்துவிட்டு விசாரித்தார், 'என்னங்க தேடறீங்க?'

'என்னோட மோதிரத்தைக் காணோம், அதான் தேடிக்கிட்டிருக்கேன்.'

'அடடே, நானும் உங்களுக்கு உதவியாத் தேடறேனே' என்றார் அவர். அடுத்த சில நிமிடங்கள் அவர்கள் இருவரும் சுற்றிச் சுற்றித் தேடினார்கள். ம்ஹூம், பலன் இல்லை.

வெறுத்துப்போன அவர், 'எக்ஸாக்டா மோதிரம் எங்கே விழுந்தது, நினைவிருக்கா?' என்றார்.

'அதோ அங்கே' என்று ஒரு குப்பைத் தொட்டியைக் காண்பித்தார் இவர்.

'யோவ், உனக்கு அறிவிருக்கா? மோதிரத்தை அங்கே தொலைச்சுட்டு, இங்கே வந்து தேடினா எப்படிக் கிடைக்கும்?'

'அதில்லைங்க, நான் மோதிரம் தொலைச்சது அங்கேதான். ஆனால் அந்த இடத்தில வெளிச்சம் போதாது, அதனாலதான் இங்கே வெளிச்சமா இருக்கிற இடத்தில தேடிகிட்டிருக்கேன்'

என்ன ஓர் அசட்டுத்தனம். மோதிரம் தொலைத்த இடத்தில்தான் கிடைக்கும். என்னதான் இருட்டாக இருந்தாலும், அங்குதான் நம்முடைய தேடல் இருக்கவேண்டும், நம்முடைய வசதிக்காக வேறு இடத்தில் தேடினால் எந்தப் பிரயோஜனமும் இல்லை.

வேலை தேடுகிறவர்கள் பலர் செய்கிற தவறு இது. தங்களுக்குச் சவுகர்யமாக இருக்கிற இடங்களில் வேலை தேடுவார்களேதவிர, அதற்குமேல் ஒரு படி எடுத்து வைக்கமாட்டார்கள்.

எடுத்துக்காட்டாக, எனக்கு ஒரு வேலை வேண்டும் என்றால், நான் உடனே என்ன செய்கிறேன், என்னுடைய நண்பர்களிடம் சொல்லிவைக்கிறேன், என் அப்பா, அம்மா அவர்களுக்குத் தெரிந்தவர்களிடம் சொல்கிறார்கள், உறவினர்களிடம் சிபாரிசு செய்யச் சொல்லிக் கேட்கிறார்கள், என் வீட்டு அருகே உள்ள அலுவலகங்கள் சிலவற்றில் நுழைந்து விண்ணப்பம் செய்கிறேன். இது போதுமா?

நிச்சயமாகப் போதாது. நமக்குத் தகுதியான வேலை, இங்கேயே நம் பக்கத்தில் கிடைப்பதற்கு வாய்ப்புகள் மிக மிகக் குறைவு.

'ஒருவரைப் போலவே, ஏழு பேர் உலகத்தில் உண்டு' என்று சொல்வார்கள். ஆனால், உங்களைப்போல உள்ள அந்த மற்ற ஆறு பேரை நீங்கள் எப்போதாவது சந்தித்திருக்கிறீர்களா? சான்ஸே இல்லை!

அதுபோலதான் இந்தச் சுற்றுவட்டாரத்தில் வேலை தேடுகிற அசட்டுத்தனமும். நமக்கு வசதியாக இருக்கிறது என்பதற்காக இங்கேயே வேலை தேடினால், வெற்றிக்கான வாய்ப்புகள் குறைவு.

அதற்காக, இதைச் செய்வது தவறு என்று சொல்லவில்லை. அதோடு நின்றுவிடாமல், ஒரு படி மேலே வந்து, வேறு இடங்களிலும் வேலை தேடவேண்டும் என்று சொல்கிறோம்.

'வேறு இடங்கள்' என்றால்? எங்கெல்லாம் வேலைகள் கிடைக்கும்? எங்கெல்லாம் நாம் தேடவேண்டும்?

இதற்குப் பதில் சொல்வதற்குமுன்னால், உங்களுக்கு ஒரு கேள்வி, நீங்கள் வேட்டையாடச் சென்றால், எதைத் தேர்ந்தெடுப்பீர்கள்? தூண்டிலா? அல்லது துப்பாக்கியா?

என்ன இது? சம்பந்தமில்லாமல் இப்படி ஒரு கேள்வி என்று யோசிக்கிறீர்களா? காரணம் இருக்கிறது. இதனை நமக்கு விளக்கிச் சொல்பவர், பிரபல எழுத்தாளர், மேலாண்மை நிபுணர் எட்வர்ட் டி பொனோ (*Edward de Bono*).

இரண்டு பேர் வேட்டையாடச் செல்கிறார்கள். அவர்களில் ஒருவர் கையில் தூண்டில், இன்னொருவர் கையில் துப்பாக்கி.

தூண்டிலோடு சென்றவர், ஆற்றில் தூண்டிலைப் போட்டுவிட்டுப் பொறுமையாகக் காத்திருக்கிறார். சில நிமிடங்களுக்குப்பின், அல்லது சில மணி நேரங்களுக்குப்பின் அந்தத் தூண்டிலில் ஏதேனும் ஒரு மீன் சிக்குகிறது.

ஆனால் இன்னொருவர், இதுபோல் காத்திருப்பதில்லை. தனக்கு வேண்டிய மிருகத்தைத் தேடிச் சென்று, சுட்டுக் கொன்றுவிடுகிறார்.

இப்போது, இவர்கள் இருவருக்குள்ளும் என்ன வித்தியாசம் என்று யோசித்துப் பாருங்கள்.

முதல் நபர், தூண்டில் போட்டுவிட்டு, மீன் தானாக வந்து அதில் சிக்கிக்கொள்ளும் என்று காத்திருக்கிறார். அவருடைய அதிர்ஷ்டம், மீன் சிக்குகிறது. இல்லையென்றால்? பட்டினிதான்!

ஆனால் இரண்டாவது நபர், அநாவசியமாக நேரத்தை வீணடிப்பதில்லை, எங்கே தனது இலக்கு என்று அறிந்து நேராகச் சென்று சுட்டுவிடுகிறார். அவர் ஜெயிக்க வாய்ப்புகள் அதிகம்.

வேலை தேடுவதும் இதேபோல்தான். சிலர் நல்ல வேலைக்குத் தூண்டில் போட்டுக் காத்திருப்பார்கள். மற்றவர்கள், துப்பாக்கியும் கையுமாகச் சென்று சிறந்த வேலை எதுவோ அதைக் குறிவைத்துத் தாக்கி ஜெயித்துவிடுவார்கள். இதில் நீங்கள் எந்த ரகம்?

நீங்கள் தூண்டில் போட்டுக் காத்திருக்கிறவராக இருந்தாலும் சரி, துப்பாக்கியுடன் புறப்படுகிறவராக இருந்தாலும் சரி, உங்களுக்கு அவசியம் தெரியவேண்டிய ஒரு விஷயம், எங்கே நமக்கு வேண்டிய வேட்டை (அதாவது வேலை) கிடைக்கும்.

அதாவது, ஒரே ஆற்றில், அல்லது கடலில் எல்லாப் பகுதிகளிலும் மீன் கொள்ளை கொள்ளையாகக் கிடைத்துவிடாது. சில குறிப்பிட்ட பகுதிகளில்தான் மீன் நடமாட்டம் அதிகமாக இருக்கும். இந்த இடங்களைத் தெரிந்துகொண்டு நாம் தூண்டில் போட்டால், சுலபத்தில் மீன் கிடைக்கும், இல்லாவிட்டால் அதிக நேரம் காத்திருக்கவேண்டியிருக்கும்.

அதுபோல, வேலை நடமாட்டம் எங்கே இருக்கும்? இதை யோசித்து, அங்கேதான் நமது தூண்டிலையோ துப்பாக்கியையோ நீட்டவேண்டும், அப்போதுதான் நாம் வெற்றியடைவதற்கான சாத்தியங்கள் அதிகம்.

சரி, இப்போது உங்களுக்கு ஒரு கேள்வி, நம்மைச் சுற்றிலும் எங்கெல்லாம் வேலை வாய்ப்புகள் தென்படுகின்றன?

நாம் ஏற்கெனவே பார்த்ததுபோல், நம்முடைய பெற்றோர், உறவினர்கள், நண்பர்கள், அக்கம்பக்கத்தில் உள்ளவர்கள், எப்போதோ அறிமுகமானவர்கள், இப்படி நமது உள்வட்டத்தில் தேடிப் பார்த்தால், சில வேலைகள் கிடைக்கலாம்.

அடுத்து, அக்கம்பக்கத்தில் உள்ள நிறுவனங்களைக் கவனித்துப் பார்க்கலாம், சிலவற்றின் வாசலில் '*We Are Hiring*' என்று போர்டு மாட்டியிருப்பார்கள்.

ஆச்சர்யப்படாதீர்கள். அந்தக் காலத்தில், பெரும்பாலான நிறுவனங்களின் வாசலில், 'வேலை காலி இல்லை' என்கிற போர்டு மாட்டப்பட்டிருக்கும். இப்போது நிலைமை தலைகீழ், 'வேலை காலியாக இருக்கிறது' என்று அவர்களே வலிய வந்து அழைக்கிறார்கள்.

இப்படி அறிவிக்கிற நிறுவனங்களுக்கு நாம் நேரில் சென்று,

நம்மைப்பற்றிய அறிமுகக் குறிப்பைத் தரலாம். சில சமயங்களில், உடனடியாக நம்மை ஒரு தேர்வு எழுதச் சொல்வார்கள், அங்கேயே இன்டர்வ்யூவும் செய்து வேலை உண்டா, இல்லையா என்று சொல்லிவிடுவார்கள்.

ஆனால், என்னுடைய உறவினர்கள், நண்பர்கள் யாரும் எனக்குச் சிபாரிசு செய்ய மறுக்கிறார்கள். என் வீட்டுப் பக்கத்தில் எந்தக் கம்பெனியும் இல்லை, அப்போது என்ன செய்வது?

அதற்கு ஒரு மூன்றாவது வழி இருக்கிறது: செய்தித்தாள்கள்!

தமிழ், ஆங்கிலம் என எந்த மொழிச் செய்தித்தாள்களை எடுத்துக்கொண்டாலும், அவற்றில் கண்டிப்பாக வரி விளம்பரங்கள் இருக்கும். வாரத்தில் ஒரு நாளோ, இரண்டு நாளோ வேலை வாய்ப்பு விளம்பரங்களுக்காகவே ஒதுக்கியிருப்பார்கள். இவற்றில் நான்கைந்து பக்கங்களுக்கு ஏகப்பட்ட வேலைகள் குவிந்து கிடப்பதைப் பார்க்கலாம்.

இதுதவிர, வேலைவாய்ப்பு குறித்த தகவல்களுக்காகவே, *'Employment News'* என்று ஓர் அரசாங்க இதழும் வெளிவருகிறது. பக்கத்துப் பெட்டிக்கடையிலோ, அல்லது உள்ளூர் நூலகத்திலோ இது உங்களுக்குச் சுலபமாகக் கிடைக்கும்.

இந்த விளம்பரங்களை ஒன்றுவிடாமல் கவனமாகப் படியுங்கள், நமக்குப் பொருத்தமானவற்றைக் குறித்துவைத்துக்கொள்ளுங்கள். அதன்பிறகு, அவை ஒவ்வொன்றுக்கும் தனித்தனியே விண்ணப்பம் அனுப்பவேண்டியதுதான்! இன்டர்வ்யூவுக்கு அழைப்பு வரக் காத்திருக்கவேண்டியதுதான்!

செய்தித்தாள்கள், பத்திரிகைகள்தவிர, வேலை தேடுவதற்கு இன்னொரு ஹைடெக் வழியும் இருக்கிறது: இன்டர்நெட் / இணையதளங்களில் வெளியாகும் வேலைவாய்ப்பு விளம்பரங்கள்!

அது என்ன இன்டர்நெட், அதைப் பயன்படுத்தி எப்படி வேலை தேடுவது?

6. இரண்டாயிரத்தில் ஒருவன்

தொலைக்காட்சியில் தமாஷான ஒரு விளம்பரத்தைப் பார்த்திருப்பீர்கள்.

திறமைசாலி கிரிக்கெட் வீரர் ஒருவர், ஆனால் பாவம், அவருக்கு விளையாடும் வாய்ப்புக் கிடைத்திருக்காது, தன்னுடைய பேட்டைக் கொண்டு துணிமணிகளை அடித்துத் துவைத்துக்கொண்டிருப்பார்.

அப்போது அங்கே திடீரென்று ஒரு பூதம் தோன்றும். அவரை அப்படியே அலேக்காகத் தூக்கிச் சென்று கிரிக்கெட் மைதானத்தில் இறக்கிவிடும்.

பார்ப்பதற்கே படுபயங்கரமாக இருக்கும் அந்த பூதம், உண்மையில் ஓர் இணையதளம். இதுபோன்ற இணையச் சேவைகளின் உதவியுடன், தினம் தினம் உலகெங்கும் வேலை தேடுகிற, அல்லது கிடைத்த வேலையில் திருப்தியில்லாத ஏராளமான இளைஞர்கள் பயன் பெறுகிறார்கள்.

விஷயம் ரொம்ப சிம்பிள். வேலை தேடுகிறவர்களுக்காகவே அமைக்கப்பட்டிருக்கும் இந்த விசேஷ *'Job Search Web Site'*களுக்கு நாம் போகவேண்டும், அங்கே நம்மைப்பற்றிய விவரங்களைப்

பதிவு செய்து ஒரு பொத்தானை அமுக்கவேண்டும், அவ்வளவுதான்.

நம்மைப்போலவே, இன்னும் ஆயிரக்கணக்கான, லட்சக்கணக்கான இளைஞர்கள் இதுபோன்ற இணைய தளங்களில் தங்களுடைய விவரங்களைப் பதிவு செய்து வைத்திருப்பார்கள், இந்தத் தகவல்கள் பெரிய நிறுவனங்களுக்கு வழங்கப்படுகின்றன.

எடுத்துக்காட்டாக, நீங்கள் கவிதை எழுதுவதில் கில்லாடி, இதை ஓர் இணையதளத்தில் குறித்து வைத்திருக்கிறீர்கள்.

அதே நேரத்தில், 'குப்புசாமி ஃபைன் ஆர்ட்ஸ்' நிறுவனம், தங்களுடைய புதிய திரைப்படத்துக்குப் பாடல் எழுத ஒரு கவிஞரைத் தேடுகிறார்கள். அவர்களும் அதே இணைய தளத்துக்கு வந்து விசாரிக்கும்போது, உங்களுடைய பெயர் தட்டுப்படுகிறது.

பிறகென்ன? அவர்கள் உங்களை அழைக்க, நீங்கள் அவர்களைச் சென்று சந்திக்க, சினிமாவில் பாட்டு எழுதும் வாய்ப்பு உங்களுக்குக் கிடைத்துவிடுகிறது. அவ்வளவுதான்!

இப்படி சாஃப்ட்வேர் எஞ்சினியர்கள் தொடங்கி, சாதாரண க்ளர்க், ரிசப்ஷனிஸ்ட் வேலைகள்வரை சகலத்துக்கும் ஏற்ற இணைய தளங்கள் உலகமெங்கும் பிரபலமாகிக்கொண்டிருக்கின்றன. பல பெரிய நிறுவனங்கள், தங்களுக்குத் தேவையான அனைத்து ஊழியர்களையும், இதுபோன்ற இணையதளங்களில் இருந்து கொத்திக்கொள்ளத் தொடங்கிவிட்டார்கள்.

இதில் விசேஷமான அம்சம் என்னவென்றால், இந்த 'வேலை தேடும்' இணையதளங்கள், இதற்காக நம்மிடம் எதுவும் கட்டணம் வசூலிப்பதில்லை. முற்றிலும் இலவசமாகவே நம் வாழ்வில் விளக்கு ஏற்றிவைக்கிறார்கள்!

உங்கள் வீட்டுக்குப் பக்கத்தில் இருக்கும் ஓர் 'இணைய மையம்', அதாவது '*Internet Browsing Center*'க்குச் சென்று, சுமார் ஒரு

மணி நேரம் செலவழித்தால் போதும், குறைந்தபட்சம் பத்துப் பதினைந்து இணையதளங்களிலாவது நம்முடைய தகவல்களைப் பதிவு செய்துவிடலாம்.

இதற்கென்று, நாம் ஒரு மின்னஞ்சல் முகவரி, அதாவது ஈமெயில் அட்ரஸ் உருவாக்கிக்கொள்வது அவசியம். இதுவும் பெரும்பாலான தளங்களில் இலவசமாகவே கிடைக்கிறது.

அதன்பிறகு, நாம் தகவல் பதிந்து வைத்த இணையதளங்களில் இருந்து அவ்வப்போது நமக்கு வேலை வாய்ப்புகள் மின்னஞ்சல் வழியே வந்து கொட்டும், நாம் வேலை தேடி அலைந்த காலம் போய், 'ஐயா, நீங்கள்தான் எங்களுக்குப் பொருத்தமான ஆள்' என்று அவர்களே நம்மைக் கெஞ்சிக் கூப்பிடுவார்கள், நாம் ஏழெட்டு வேலைகளை யோசித்துப் பார்த்து, பிடிக்காதவற்றை நிராகரித்து, பிடித்ததைத் தேர்ந்தெடுக்கலாம்!

ஆனால் ஒன்று, இணையதளம் வழியாக வேலை வாய்ப்புகள்தான் வரும், வேலையே கிடைத்துவிடாது!

அதாவது, 'உங்களுடன் பேச விரும்புகிறோம்' என்று நிறுவனங்கள் தகவல் அனுப்புவார்கள், அதன்பிறகு வழக்கம்போல் இன்டர்வ்யூவுக்குச் சென்று, நம் திறமையை நிரூபித்தால், கையில் அப்பாயிண்ட்மென்ட் ஆர்டர்!

கேட்பதற்கே சந்தோஷமாக இருக்கிறதுதானே? அந்த உற்சாகத்திலேயே, இந்த இணையதளங்களின் பெயர்களைக் கவனமாகக் குறித்துக்கொள்ளுங்கள்:

★ இலவச மின்னஞ்சல் முகவரி வழங்கும் தளங்கள் சில:

http://www.gmail.com/
http://mail.yahoo.com/
http://www.hotmail.com/
http://www.rediffmail.com/

★ நமது விவரங்களைப் பதிவு செய்துவைப்பதற்கான இலவச

வேலைவாய்ப்புத் தளங்கள் சில:

http://www.naukri.com/
http://www.monsterindia.com/
http://www.placementindia.com/
http://www.jobsahead.com/
http://in.jobstreet.com/
http://www.linkedin.com/

இங்கே நாம் பார்ப்பது, மிகச் சுருக்கமான பட்டியல், ஓர் எடுத்துக்காட்டுக்காக, சில தளங்களைமட்டும் சொல்லியிருக்கிறோம். இதுபோல் இன்னும் நூற்றுக்கணக்கான, ஆயிரக்கணக்கான பயனுள்ள இலவசத் தளங்கள் இணையத்தில் இருக்கின்றன.

முதலில், *http://www.google.com/* என்ற தேடல் தளத்துக்குச் செல்லுங்கள். அங்கே *'Indian Job Search Web Sites'* என்று தட்டித் தேடினால், ஏகப்பட்ட தளங்கள் வந்து கொட்டும். இதில் எத்தனை தளங்களில் நம்முடைய விவரங்களைப் பதிவு செய்து வைக்கிறோமோ, அத்தனை நல்லது.

ஆனால், இப்படிக் கண்ட இடத்தில் கல்லெறிந்தால், நிஜமாகவே பலன் இருக்குமா? அல்லது குறிப்பிட்ட சில நிறுவனங்களைமட்டும் தேர்ந்தெடுத்து விண்ணப்பம் செய்வது நல்லதா?

மறுபடியும், தூண்டில், துப்பாக்கி எடுத்துக்காட்டை நினைத்துக்கொள்ளுங்கள். நாம் இந்த இரண்டையுமே பின்பற்றினால் தப்பே இல்லை.

அதாவது, ஒருபக்கம் பொதுவான வேலைவாய்ப்புத் தளங்களில் நம்முடைய பெயரை, விவரங்களைப் பதிவுசெய்து வைப்போம். நமது தகுதி, அனுபவத்துக்கு ஏற்ற வேலை காலி இருக்கும்போது கெஞ்சிக் கூத்தாடிக் கூப்பிடுவார்கள்.

இன்னொருபக்கம், நம்முடைய துறை சார்ந்த குறிப்பிட்ட

வேலைகளுக்கும் விண்ணப்பம் செய்வது நல்லது. இதற்கும் இணையம் நமக்குக் கைகொடுக்கிறது.

மறுபடியும், *http://www.google.com/*க்குச் செல்லுங்கள், நீங்கள் எந்த நிறுவனத்தில் வேலைக்கு விண்ணப்பம் செய்ய விரும்புகிறீர்களோ, அதைத் தட்டித் தேடுங்கள். எடுத்துக்காட்டாக, *'Job Openings In Tata Motors', 'Job Openings In Hindustan Lever'*!

இப்படி நாம் ஒரு நிறுவனத்தின் பெயரைக் குறிப்பிட்டுத் தேடும்போது, நேராக அந்தக் கம்பெனியின் இணைய தளத்துக்குச் சென்றுவிடலாம். அங்கேயே நமது விவரங்களைப் பதிவு செய்துவைக்கலாம், அல்லது அவர்களுக்கு ஈமெயில் அனுப்பியும் விண்ணப்பம் செய்யலாம்.

சரி, இதற்கெல்லாம் எனக்கு வசதி இல்லை, அல்லது தொழில்நுட்ப அறிவு போதாது. அப்படியானால், என்னுடைய கதி என்ன ஆகும்?

கவலையே வேண்டாம். இணையதளம் இல்லாத நிறுவனங்கள் கூட உண்டு. ஆனால் தபால் முகவரி - *Postal Address* இல்லாத கம்பெனிகளே உலகில் இல்லை. நமது விண்ணப்பங்களைத் தபால்மூலம் அனுப்புவது ஒரு மிகப் பயனுள்ள உத்தி.

சிலர், தினமும் காலை ஒன்பது மணியானதும் கைநிறைய பயோடேட்டா, விண்ணப்பங்களுடன் கிளம்பிவிடுவார்கள். ஒவ்வொரு பகுதியாகச் சென்று, நிறுவனங்களில் நேரடியாகவே தங்களுடைய விண்ணப்பங்களைக் கொடுப்பார்கள்.

இதுவும் ஒரு நல்ல உத்திதான். ஆனால், இதில் சில எதார்த்தச் சங்கடங்கள் இருக்கின்றன.

முதலாவது, நாம் நேரில் சென்று விண்ணப்பம் தருகிறோம் என்பதற்காக, அவர்கள் உடனே பதில் சொல்லவேண்டும் என்று எதிர்பார்க்கக்கூடாது.

இரண்டாவது, நம்மைப்போல நேரில் விண்ணப்பம்

தருகிறவர்கள் ஏராளமானோர் உண்டு. ஆகவே, அவர்கள் நம்முடைய விண்ணப்பத்தை இந்தக் கையில் வாங்கி, அந்தப் பக்கம் இருக்கும் ஒரு 'ட்ரே' அல்லது 'பெட்டி'க்குள் போட்டுவிடுவார்கள்.

அதைப் பார்த்து மனம் உடைந்துவிடாதீர்கள், அப்படிப் பெட்டிக்குள் போடப்பட்ட விண்ணப்பங்கள் அனைத்தும், ஒழுங்காகத் தொகுக்கப்படும், உங்களுக்குத் தகுதி உள்ள வேலை காலியாகும்போது, நிச்சயம் அழைப்பார்கள்.

ஒரு விஷயம் புரிந்துகொள்ளுங்கள், எந்த நிறுவனமும் தங்களுக்குப் பொருத்தமான, தகுதியுள்ள நபர்களைத் தேர்ந்தெடுக்க வேண்டும் என்றுதான் விரும்புகிறது. வேண்டுமென்றே உங்களுடைய விண்ணப்பத்தை யாரும் குப்பைத் தொட்டியில் வீசிவிடமாட்டார்கள், உரிய மரியாதை கொடுத்துப் பரிசீலனை செய்வார்கள், இதில் உங்களுக்குச் சந்தேகமே வேண்டாம்.

வேலைக்கு விண்ணப்பம் செய்வது எப்படி என்று இதுவரை ஏகப்பட்ட வழிகளைப் பார்த்திருக்கிறோம், ஆனால், இவை எல்லாவற்றிலும் ஒரு முக்கியமான பிரச்னை என்னவென்றால், இரண்டு காலியிடங்களுக்கு, இரண்டாயிரம் விண்ணப்பங்கள் வந்து குவிந்துவிடும்!

அந்த இரண்டாயிரத்தில் ஒன்றுதான், நம்முடைய விண்ணப்பம். அதற்கு அவர்கள் முக்கியத்துவம் தந்து கவனிப்பார்கள் என்பது என்ன நிச்சயம்? இந்தக் குழப்பத்தில் நமது தகுதி, திறமை, அனுபவத்துக்கு மரியாதை கிடைக்குமோ, கிடைக்காதோ!

இப்படி இரண்டாயிரத்தில் ஒருவனாகக் கும்பலோடு கோவிந்தா போட எனக்கு விருப்பம் இல்லை. இதில் நான்மட்டும் தனித்துத் தெரிவதற்கு ஏதேனும் வழி உண்டா?

நிச்சயமாக உண்டு. அதுவும், ஒன்று இல்லை, இரண்டு பிரமாதமான வழிகள் இருக்கின்றன!

7. நேரடித் தாக்குதல்

சின்ன வயதில், *'Water Water Everywhere And Not A Drop To Drink'* என்று ஒரு வேடிக்கையான பாட்டுக் கேட்டிருப்பீர்கள்.

அதுபோல, இந்த உலகத்தில் வேலைக்குக் குறைச்சலே இல்லை, எங்கும் நிறைந்து கிடக்கிறது. அதில் நமக்குப் பொருத்தமானதைத் தேடிப் பிடித்துப் பயன்பெறுவதுதான் சவால்.

செய்தித் தாள்கள், இணையம்மூலம் வேலை தேடுவதில் இதுதான் பெரிய பிரச்னை. கொசகொசவென்று குவிந்திருக்கும் வேலைகளில் நமக்கேற்றவற்றை வடிகட்டும்போது, பெரிய பஞ்சுமிட்டாயை மடக்கிக் கைக்குள் அடக்கியதுபோல் சுருங்கிவிடுகிறது.

இந்த விஷயத்தில் நாம் கவனமாகத் தேர்ந்தெடுப்பது அவசியம். இல்லாவிட்டால், பிரயோஜனமே இல்லாத ஒரு விஷயத்தில் நேரத்தை வீணாக்கிக்கொண்டிருப்போம்.

யோசித்துப்பாருங்கள், பல மணி நேரங்கள் செலவிட்டு எழுத்துத் தேர்வு எழுதி, இன்டர்வ்யூவுக்குச் சென்று, கடைசியில், 'ஸாரி, நாங்கள் எதிர்பார்ப்பது வேறு' என்று அவர்கள் சொல்லிவிட்டால், அத்தனை உழைப்பும் விரயம் இல்லையா?

இந்த தர்மசங்கடத்தைத் தவிர்ப்பதற்குதான், நமக்கு ஏற்ற பணிகளை அடையாளம் காணப் பழகவேண்டும். அதற்கு ஒரு சின்ன 'செக்லிஸ்ட்' போட்டுவைத்துக்கொள்ளலாம்.

1. இந்த வேலை என் படிப்புக்குப் பொருத்தமானதா? அல்லது நான் இவர்கள் எதிர்பார்ப்பதைவிடக் குறைவாக / அதிகமாக / வேறுவிதமாகப் படித்திருக்கிறேனா?

2. வயதுவரம்பு உண்டா? ஆம் எனில், நான் அந்த வரம்பில் பொருந்துகிறேனா?

3. எந்த ஊரில் இன்டர்வ்யூ? எங்கே வேலை? என்னால் அங்கே பயணம் செய்ய முடியுமா? நிரந்தரமாக அங்கே மாறவேண்டியிருந்தால், ஒப்புக்கொள்வேனா?

4. இது எப்படிப்பட்ட வேலை? அது என் மனத்துக்குப் பிடித்தமானதா? என் திறமைகளை வெளிப்படுத்த வாய்ப்புத் தருவதா?

5. குத்துமதிப்பாக என்ன சம்பளம் தருவார்கள்? அது எனக்குப் போதுமா?

இவை சில சாம்பிள் கேள்விகள், இத்துடன் உங்களுடைய விருப்பத்துக்கேற்ற கூடுதல் கேள்விகளைச் சேர்த்துக்கொண்டால், உங்கள் பட்டியல் தயாராகிவிடும்.

அதன்பிறகு, ஒவ்வொரு விளம்பரமாக எடுத்து, இந்தக் கேள்விகளைக் கேட்கவேண்டும். அனைத்துக் கேள்விகளுக்கும் 'டிக்' அடித்தால்மட்டுமே அந்த வேலைக்கு முயற்சி செய்வது என்று ஓர் ஒழுங்கு நிர்ணயித்துக்கொள்ளுங்கள்.

ஒரு வேலை ரொம்பப் பிரமாதமானது, ஆனால் இந்தப் பட்டியலில் இருக்கும் சில விஷயங்கள் ஒத்துவரவில்லை. அப்போது என்ன செய்வது?

ஒன்று, மனம் வந்து 'இது நமக்குப் பொருந்தாது' என்று அந்த வேலையைத் தியாகம் செய்யுங்கள், அல்லது

உங்களுடைய பிடிவாதத்தைத் தளர்த்திக்கொள்ளுங்கள். மனத்தளவில் தயாராகாமல் எந்த வேலைக்கும் விண்ணப்பம் செய்யவேண்டாம்.

செய்தித்தாள், பத்திரிகை, இணையதளங்களின்மூலம் வேலை தேடுவதுதவிர, நேரடியாகவும் பல வேலைகளுக்கு விண்ணப்பம் செய்யலாம். அதற்கான இரண்டு வழிகள்:

1. *Employee Referral*

2. *Recruitment Agencies*

பெரும்பாலான நிறுவனங்கள், புதிய காலியிடங்கள் உருவாகும்போது அந்தத் தகவல்களை விளம்பரம் / கடிதம் ஈமெயில்மூலம் தெரிவிக்கின்றன. இந்தப் பணியிடங்களை நிரப்புவதற்காக, 'வாக்-இன்' *(Walk&In)* எனப்படும் நேரடித் தேர்வுகளை நடத்துவார்கள். இவற்றில் ஒரு டிகிரி, ஓரளவு நல்ல மதிப்பெண் வைத்திருக்கும் யார் வேண்டுமானாலும் பங்கு பெறலாம்.

இதுதவிர, அநேகமாக எல்லாப் பெரிய நிறுவனங்களிலும் *'Bring Your Friend'* என்பதுமாதிரியான *'Employee Referral'* அறிமுகத் திட்டங்கள் உண்டு. அதாவது, உங்களுடைய நண்பர்கள் ஏதேனும் பெரிய நிறுவனத்தில் பணிபுரிந்துகொண்டிருந்தால், அவர்கள் உங்களை அறிமுகப்படுத்திவைக்கலாம், சிபாரிசு செய்யலாம்.

சிபாரிசு என்றால், உடனடியாக நமக்கு வேலை கொடுத்து விடுவார்கள் என்று அர்த்தமில்லை. நம் தகுதி, திறமைக்கு ஏற்ற வாய்ப்புகள் வரும்போது, அவர்களே நம்மை அழைத்துப் பேசுவார்கள். மற்றவர்களைவிட, நமக்கு அதிக முன்னுரிமை தரப்படும்.

நண்பர்களிடம் இப்படிச் சிபாரிசு கேட்பது தப்பில்லையா என்று தயங்காதீர்கள். நீங்கள் கேட்டால், அவர்கள் கண்டிப்பாகச் செய்வார்கள்.

காரணம், இதுபோல் சிபாரிசு செய்து திறமைசாலிகளை 'உள்ளே' கொண்டுவருவதற்காக, அவர்களுடைய நிறுவனங்கள் அவர்களுக்குச் சிறப்புப் பரிசெல்லாம் கொடுப்பது வழக்கம். ஐயாயிரம், பத்தாயிரம் என்று ஆரம்பித்து, இப்படிப் பல நண்பர்களைத் தொடர்ந்து அறிமுகப்படுத்துவதன்மூலம் அவர்கள் ஐம்பதாயிரம், ஒரு லட்சம் என்றுகூடக் கணிசமாகச் சம்பாதித்துவிடமுடியும்.

இதேபோல், '*Recruitment Agencies*' என்று சில விசேஷ நிறுவனங்கள் இருக்கின்றன. இவர்களுடைய வேலை, வெவ்வேறு நிறுவனங்களுக்குத் தேவையான திறமைசாலிகளை சப்ளை செய்வது!

என்ன இது? காகிதம், பேனா, பேப்பர் சப்ளை செய்வதுபோல், திறமைசாலிகளை சப்ளை செய்யமுடியுமா?

நிச்சயமாக முடியும். இன்றைய தேதிக்கு இந்தியாவில் ஏகப்பட்ட சிறிய, பெரிய வேலைகள் இந்த ரெக்ரூட்மென்ட் ஏஜென்ஸீஸ் மூலமாகத்தான் நிரப்பப்படுகின்றன.

டெல்லியில் ஒரு வங்கிக்கு இருபது ஸ்டெனோக்ராஃபர்கள் தேவை, அவர்களுக்கு டைப்ரைட்டிங், கம்ப்யூட்டர், சுருக்கெழுத்து தெரிந்திருக்கவேண்டும், நன்றாக ஹிந்தி, ஆங்கிலம் பேசத் தெரிவது அவசியம்.

இந்தத் தகவலை அவர்கள் இந்த ரெக்ரூட்மென்ட் ஏஜென்ட்ஸிடம் சொல்லிவிட்டால் போதும், இவர்கள் தங்களிடம் இருக்கும் திறமைசாலிகளை வலைவீசித் தேடி பொருத்தமான முப்பது அல்லது நாற்பது நபர்களைச் சிபாரிசு செய்வார்கள்.

உடனே, இவர்களுக்கு இன்டர்வ்யூ நடத்தப்படும். தகுதியுள்ளவர்களுக்குச் சட்டென்று வேலை கிடைத்துவிடும்.

இதனால், நிறுவனங்களுக்கு என்ன லாபம்? ஏராளமானவர்களை இன்டர்வ்யூ செய்து ஏமாற்றம் அடையாமல், வடிகட்டப்பட்ட சிலரைமட்டும் சந்திக்கலாம், சீக்கிரமாக நமக்குத்

தேவையானவர்களைத் தேர்ந்தெடுத்துவிடலாம்.

ஆகவேதான், இந்தச் சவுகர்யத்தைச் செய்து தருகிற ரெக்ரூட்மென்ட் ஏஜென்ட்ஸ் பிரமாதமாகச் சம்பாதிக்கிறார்கள். அரை மாதச் சம்பளம், ஒரு மாதச் சம்பளம் என்றெல்லாம் இவர்களுக்கு கமிஷன் தரப்படுவது உண்டு.

அதுமட்டுமில்லை, ஒவ்வொருமுறையும், இவர்கள் நிறுவனங்களுக்குப் பொருத்தமான நபர்களைத் தேர்ந்தெடுத்துத் தருவதால், வருங்காலத்தில் இவர்கள் சிபாரிசு செய்யும் நபர்களுக்குக் கூடுதல் முக்கியத்துவம் தரப்படுகிறது.

ஆகவே, நாமாக விளம்பரங்கள், இணையதளங்களைப் பார்த்து விண்ணப்பம் செய்வதைவிட, இவர்களை அணுகி, நம் விவரங்களைப் பதிவு செய்துகொள்வது நல்லது. இதுபோன்ற நிறுவனங்கள் மூலமாகச் சென்றால், நம்மீது கவனம் அதிகமாக விழும், நம் திறமையை வெளிக்காட்டி ஜெயித்துவிடலாம்.

இன்றைய சூழ்நிலையில், வேலை தேடுகிறவர்கள் ஒவ்வோர் அலுவலகமாக ஏறி, இறங்கி, ‘இங்கே வேலை காலி உண்டா?’ என்றெல்லாம் விசாரிக்கவேண்டிய அவசியம் இல்லை. வாய்ப்புகள் ஏராளமாக உண்டு, அவற்றைப் புத்திசாலித்தனமான முறையில் அறிந்து, நமக்குப் பொருத்தமானவற்றைப் பயன்படுத்திக்கொள்வதுதான் முக்கியம்.

8. தொழில்நுட்ப ஜாதகம்

'நான் யார்?'

இந்தக் கேள்விக்குப் பலர் பலவிதமாக பதில் சொல்லுவார்கள். தத்துவார்த்தமாக, கிண்டலாக, நேர்மையாக, பந்தாவாக, தன்னடக்கமாக, இப்படி வெவ்வேறுவிதங்களில் இதற்கான பதில் அமையலாம்.

இப்போது, நாம் வேலை தேடிக்கொண்டிருக்கிறோம். அதற்கான எழுத்துத் தேர்வுகளில், நேர்முகத் தேர்வுகளில் ஏராளமான கேள்விகளைச் சந்திக்கப்போகிறோம், அவை ஒவ்வொன்றுக்கும் சரியான பதில் சொன்னால்தான், நமக்கு வேலை கிடைக்கும்.

இத்தனை கேள்விகளுக்கும் நமக்கு விடை தெரியாவிட்டால்கூடப் பரவாயில்லை, 'நான் யார்?' என்கிற ஒரே ஒரு கேள்விக்குமட்டும் சரியான, பொருத்தமான, அடுத்தவர்களுக்குப் பிடிக்கிறமாதிரி ஒரு பதிலைச் சொல்லத் தெரிந்துகொள்வது மிக அவசியம்!

சரி, நிஜத்தில், நான் யார்?

எனக்கு ஒரு பெயர் இருக்கிறது, நான் ஏதோ படித்திருக்கிறேன், இவ்வளவு மார்க் வாங்கியிருக்கிறேன், இதற்குமுன் இந்தக் கம்பெனிகளில் வேலை பார்த்திருக்கிறேன், இந்தச் சாதனைகளை

நிகழ்த்தியிருக்கிறேன், எனக்கு இந்த மொழிகள் பேசத் தெரியும், எனக்கு இன்னும் திருமணமாகவில்லை, என்னுடைய பிறந்த தேதி, தாய்மொழி, பொழுதுபோக்குகள்...

ஆக, 'நான் யார்?' என்கிற கேள்விக்கான பதில், என்னைப்பற்றிய ஒரு சுருக்கமான அறிமுகமாக அமைகிறது. அதைப் படிக்கும் ஒருவர், என்னை நேரில் பார்த்ததுபோல் உணரவேண்டும், அதுதான் இங்கே அடிப்படை.

இந்தப் பதிலைத்தான், ஆங்கிலத்தில் 'பயோடேட்டா' *(Bio-Data)* என்று அழைக்கிறார்கள். இதையே, ரெஸ்யூமெ *(Resume)*, சி.வி. *(CV & Curriculam Vitae)* என்று பல பெயர்களால் அழைக்கிறவர்கள் உண்டு.

அடிப்படையில், 'பயோடேட்டா' என்பது வாழ்க்கைக் குறிப்புதான். அது எல்லோருக்கும் பொதுவானது. நான், நீங்கள், நம்முடைய தாத்தா, பாட்டி, அவர்களுடைய முன்னோர்கள், பக்கத்து வீட்டு நாய்க்குட்டி யாருக்கு வேண்டுமானாலும் 'பயோடேட்டா' எழுதலாம்.

ஆனால் ஏனோ, இந்த பயோடேட்டாவைப் பெரும்பாலும் இரண்டு கோஷ்டிகள்தான் அதிகம் பயன்படுத்துகின்றன: முதலில், வேலை தேடுகிறவர்கள், அப்புறம், கல்யாணத்துக்கு வரன் தேடுகிறவர்கள்!

இந்தக் குழப்பம் காரணமாக, நாம் 'பயோடேட்டா' என்ற பதத்தைக் கழற்றிவிட்டு, 'ரெஸ்யூமெ' என்ற பந்தாவான வார்த்தையைப் பயன்படுத்துவோம். சரியா?

ஓகே, இப்போது நமக்கு எதற்கு ரெஸ்யூமெ?

என்னதான் எழுத்துத் தேர்வு, நேர்முகத் தேர்வு என்று பல விஷயங்கள் இருந்தாலும், அதற்கெல்லாம் முன்னதாக, அதாவது நிறுவனங்கள் உங்களை நேரில் சந்தித்துப் புரிந்துகொள்வதற்குமுன்பே அவர்களுக்கு நீங்கள் யார் என்பது தெரியவேண்டும். அதற்குதான் நம்மைப்பற்றிய குறிப்புகளை ரெஸ்யூமெ வடிவில் கேட்கிறார்கள்.

அதுமட்டுமில்லை, நேருக்கு நேர் ஒருவருடைய முகத்தைப் பார்ப்பதால்மட்டும் எல்லா விஷயங்களையும் தெரிந்துகொண்டு விடமுடியாது. நீங்கள் இஷ்டத்துக்குக் கதை அளந்துவிட்டால், அதையெல்லாம் ஞாபகம் வைத்திருந்து சரிபார்ப்பது கடினம். ஆகவே, எழுத்து வடிவில் ஓர் ஆவணம் தேவைப்படுகிறது.

இந்தக் குறிப்பேடுதான், நம்முடைய தொழில்நுட்ப ஜாதகம். இதில் தரப்பட்டிருக்கும் தகவல்களின் அடிப்படையில்தான், இன்டர்வ்யூ அதிகாரிகள் நம்மை எப்படிப் பரிசோதிக்கலாம், என்னவிதமான கேள்விகள் கேட்கலாம் என்றெல்லாம் தீர்மானிக்கிறார்கள்.

ஆக, ஒரு புத்திசாலித்தனமான ரெஸ்யூமெ தயாரித்துவைத்துக் கொண்டால், அது நமக்குப் பலவிதங்களில் உபயோகப்படும். பலருக்குத் தெரியாத விஷயம், நம்மைப்பற்றியும், நமது திறமைகளைப்பற்றியும் தெளிவாக எடுத்துச்சொல்கிற நல்ல, கச்சிதமான ரெஸ்யூமெ-வைக் கையில் வைத்திருக்கிறவர்களுக்கு, அந்த வேலை பாதி கிடைத்துவிட்டாற்போல்தான்.

உருப்படியாக ஒரு ரெஸ்யூமெ தயாரிப்பது என்பது மிகப் பெரிய சமாசாரம். ஆங்கிலத்தில் இதுபற்றித் தனிப் புத்தகங்களெல்லாம் இருக்கின்றன. ரெஸ்யூமெ எழுதித் தருவதையே முழு நேரத் தொழிலாக வைத்துக்கொண்டு சம்பாதிக்கிற கில்லாடிகளெல்லாம் உண்டு.

நாம் அந்த அளவுக்குப் போகவேண்டாம், நேர்முகத் தேர்வில் நாம் சந்திக்கிற ஓர் அதிகாரியை லேசாகப் புருவம் உயர்த்தச் செய்கிற அளவுக்கு நம்மைப்பற்றிய ஒரு குறிப்பை எப்படித் தயாரித்துக்கொள்வது என்றுமட்டும் சுருக்கமாகப் பார்க்கலாம்.

முதலாவதாக, ரெஸ்யூமெ என்பது நூறு, நூற்றைம்பது பக்கங்களில் எழுதப்படவேண்டிய காவியம் இல்லை. உங்களுடைய திறமைகள், சாதனைகள் ஏகப்பட்டது இருக்கின்றன என்றாலும், அவற்றைத் தனியே ஒரு புத்தக வடிவில் தயாரித்து சூட்கேஸுக்குள் பத்திரமாக வைத்துக்கொள்ளுங்கள், நேர்முகத்

தேர்வுக்குத் தலையணை சைஸ் ரெஸ்யூமெகள் பயன்படாது.

எத்தனை பெரிய சாதனையாளர்களின் வாழ்க்கையைப்பற்றிப் பேசுவதென்றாலும், 'அரைப் பக்கத்துக்குள் சொல்லி முடித்து விடுங்கள்' என்று கேட்கிற அவசரகாலம் இது. நம்மைப்பற்றியும் அப்படிச் சுருக்கமாக, அதேசமயம் அழுத்தமாகச் சொல்லத் தெரிந்துகொள்ளவேண்டும்.

ஆங்கிலத்தில் '*Elevator Pitch*' என்று ஒரு விஷயம் உண்டு. எலிவேட்டர் என்றால் லிஃப்ட். ஒருவரை லிஃப்டில் சந்திக்கிற நாம், மிஞ்சிப்போனால் அவருடன் இரண்டு நிமிடங்கள் பேசமுடியும். அந்த இரண்டு நிமிடங்களுக்குள், அவர்களுக்கு நம்மைப்பற்றித் தெளிவாகச் சொல்லி, நல்ல தாக்கத்தை உண்டாக்கவேண்டும்.

ரெஸ்யூமெ-இலும் அப்படிப்பட்ட ஒரு சவால் உண்டு. மைல்கணக்கில் பேசிப் போரடிக்காமல், சுருக்கமாக நம்மைப்பற்றிச் சொல்லவேண்டியிருக்கும். பெயர், பிறந்த நாள், வயது, எந்தக் கல்லூரியில் படித்தோம், என்ன படித்தோம், பிடித்த பாடங்கள் என்னென்ன, என்ன மார்க் வாங்கினோம், இதுவரை என்னென்ன ப்ராஜெக்ட்கள் செய்திருக்கிறோம் போன்றவற்றை ஒவ்வொரு வரியில் சொன்னால் போதுமானது, நீட்டி முழக்கவேண்டியதில்லை.

இத்தனை விவரங்களையும், ஒரே பக்கத்துக்குள் எழுதி முடித்து விடமுடிந்தால் நல்லது. மிஞ்சிப்போனால் இரண்டு பக்கம், அதற்குமேல் எழுதினால் சத்தியமாக யாரும் படிக்கமாட்டார்கள்.

அந்த இரண்டு பக்கங்களைக்கூடப் படிக்கச் சோம்பேறித்தனப் படுகிற அதிகாரிகள் உண்டு. அந்தவகை மக்களைக் கவர்வதற்காக, இப்போதெல்லாம் சற்றே வித்தியாசமான ரெஸ்யூமெகள் தயாரிக்கிறார்கள்.

எடுத்துக்காட்டாக, இணையத்தில் ஓர் இளைஞர் தன்னுடைய படிப்பு, தனித் திறமைகள், அனுபவம் போன்றவற்றையெல்லாம் அனிமேஷன் படமாகத் தயாரித்து வெளியிட்டிருந்தார். அதைப்

பார்த்துவிட்டு ஏகப்பட்ட நிறுவனங்கள் அவருக்கு உடனடியாக வேலை வழங்கத் தயாரானதாகக் கேள்வி.

இதேபோல், சமீப காலமாக வீடியோ ரெஸ்யூமெகள் பிரபலமாகி வருகின்றன. நம்மைப்பற்றி நாமே நேருக்கு நேர் கேமராவின் முகம் பார்த்துப் பேசுவது, பிறகு அதனை ஓர் இணைய தளத்திலோ, டிராப் பாக்ஸ், கூகுள் டிரைவ் போன்ற மேகச் சேமிப்பகங்களிலோ *(Cloud Storage)*, சிடி, பென் டிரைவ் போன்ற பொருட்களிலோ பதிவு செய்து வெளியிடுவது.

இப்படிப் பல நவீன நுணுக்கங்கள் வந்துவிட்டாலும், 'பழைய சோறு'தான் சுகம் - இரண்டு பக்க ரெஸ்யூமெகள்போல் பாதுகாப்பான, நம்பகமான விஷயம் வேறு எதுவும் இல்லை.

ரெஸ்யூமெ-இல் பொய் சொல்வது பஞ்சமாபாதகங்களில் ஒன்று. நம்முடைய ரெஸ்யூமெ-இன் நிறைவுப் பகுதியில், அதில் சொல்லப்பட்டிருக்கும் தகவல்கள் அனைத்தும் உண்மை என்று எழுதிக் கையொப்பம் இடுகிறோம். அதையும் மீறிப் பொய்யான விவரங்களைக் கொடுத்தால், வேலை கிடைக்காது, அல்லது வீட்டுக்குப் போலீஸ் வரும்!

இந்தக் கால நவீன நிறுவனங்களைப் பொறுத்தவரை, நேர்மைக்கு மிகுந்த முக்கியத்துவம் உண்டு. இன்றைக்குப் பொய் சொல்லி வேலையில் சேர்கிற ஒருவர், நாளைக்குத் தங்களுடைய நிறுவனம் / வாடிக்கையாளர்களைப்பற்றிய ரகசியத் தகவல்களை வெளியாள்களுக்கு விற்கமாட்டார் என்பது என்ன நிச்சயம்?

ஆகவே, அநாவசியமாக 'நான்தான் பில் கேட்ஸுக்குக் கீபோர்ட் பிடித்து கம்ப்யூட்டர் அரிச்சுவடி கற்றுக்கொடுத்தேன்' என்பதுமாதிரி அளந்துவிடவேண்டாம். நம்முடைய இயல்பான திறமைகளுக்குக் கிடைக்கிற வேலைதான் நிலைக்கும்.

நம்மை இன்டர்வ்யூ செய்யும் அதிகாரி, ரெஸ்யூமெ-இல் நாம் உண்மைதான் சொல்கிறோமா என்பதை முதலில் தெரிந்து கொள்ள விரும்புவார். ஆகவே, அதில் குறிப்பிடப்பட்டிருக்கும் ஒவ்வொரு வரியைப்பற்றியும், விரிவாகப் பேசத் தெரிந்துகொள்ள வேண்டும்.

இப்போது, ஒரு ரெஸ்யூமெ-இல் குறைந்தபட்சம் என்னவெல்லாம் இடம்பெறவேண்டும் என்று ஒரு சாம்பிள் பார்த்துவிடுவோமா?

முதலில், நம்முடைய பெயர்.

இதிலேயே, முழுப் பெயர், சுருக்கமான பெயர் என்று இரண்டு வடிவங்களைத் தருவது நல்லது. எடுத்துக்காட்டாக, ஒருவருடைய முழுப் பெயர் சிவராம கிருஷ்ண கார்த்திகேய வாசுதேவன் என்றிருந்தால், அதைச் சொல்லி முடிப்பதற்குள் இண்டர்வ்யூ முடிந்துவிடும்.

அதுமட்டுமில்லை, இன்றைய 'க்ளோபல்' உலகத்தில், நம்மை இண்டர்வ்யூ செய்கிறவர்கள் வெளிநாட்டுக்காரர்களாக இருக்க வாய்ப்புகள் உண்டு. அப்போது, அவர்களுக்கு இந்த நீளமான பெயரைச் சொல்லச் சிரமம் இருக்கலாம்.

ஆகவே, சுருக்கமாக, 'சிவா' அல்லது 'ராமா' என்று ஒரு பெயரைக் குறிப்பிடுவதில் தப்பில்லை. ஒருவேளை இதை ரெஸ்யூமெ-இல் எழுதாவிட்டாலும், இண்டர்வ்யூவுக்குச் செல்லும்போது நேரில் ஒரு வார்த்தை சொல்லிவிடுங்கள்.

அடுத்து, அவர்கள் நம்மை எப்படித் தொடர்பு கொள்வது? அதாவது, முகவரி.

இந்த இடத்தில், பலர் தங்களுடைய வீட்டு எண், தெரு, ஏரியா, பின்கோட் ஒரு விவரம் பாக்கியில்லாமல் எழுதுவார்கள். ஆனால் உண்மையில், நம்மை வேலைக்குச் சேர்க்கப்போகிறவர்கள், 'நலம், நலமறிய ஆவல்' என்று கடிதாசி எழுதப்போவதில்லை. அந்தக் காலம்போல் வீடுகளுக்கு 'இன்டர்வ்யூ கார்ட்' அனுப்புகிற பழக்கம் இப்போது அநேகமாகக் காணாமலே போய்விட்டது.

ஆகவே, வீட்டு முகவரியோடு, தவறாமல் தொலைபேசி எண்ணைக் குறிப்பிடுங்கள். செல்ஃபோன் நம்பர் என்றால் கொஞ்சம் பெட்டர். கூடவே ஈமெயில் முகவரியையும் குறிப்பிட்டால், இன்னும் சவுகர்யம். நம்மை அவர்கள் விரைவாகத் தொடர்புகொள்ள வசதியாக இருக்கும்.

ஆனால் ஒன்று, சும்மா பந்தாவுக்காக ரெஸ்யூமெ-இல் ஈமெயில் முகவரியைக் கொடுத்துவிட்டு, அதன்பிறகு அந்த ஈமெயிலைத் தொட்டுப்பார்க்காமலே இருந்தால், இழப்பு நமக்குதான். நிஜமாகவே நீங்கள் அடிக்கடி ஈமெயில் பார்க்கிறவராக இருந்தால் அந்த முகவரியைக் கொடுங்கள், இல்லையென்றால், வெறும் தொலைபேசி எண்ணுடன் நிறுத்திக்கொண்டுவிடலாம்.

பெயர், தொடர்பு முகவரி ஆச்சு, மூன்றாவதாக, இந்தத் துறையில் நம்முடைய இலக்கு என்ன என்பதை எழுதவேண்டும்.

எடுத்துக்காட்டாக, 'நான் ஒரு மிகப் பெரிய சாஃப்ட்வேர் எஞ்சினியராக வளர விரும்புகிறேன்', 'நான் ஒரு சிறந்த ஆசிரியராகப் பெயர் வாங்க ஆசைப்படுகிறேன்', 'நான் உலகப் பொருளாதாரத்தைப் புரிந்துகொண்டு, அதன் வளர்ச்சிக்குப் பங்காற்ற விரும்புகிறேன்'.

இப்படி நம்முடைய லட்சியங்களை இங்கே குறிப்பிடலாம். அதற்கான வாய்ப்பு நமக்கு உடனே கிடைக்காவிட்டாலும், அடுத்த பத்துப் பதினைந்து ஆண்டுகளில் நாம் எங்கே செல்ல விரும்புகிறோம் என்பதற்கான கனவு இது.

லட்சியங்களைப்பற்றிப் பேசுகிற அதே நேரத்தில், அதற்காக நாம் செய்திருக்கிற முயற்சிகளைப்பற்றியும் சொல்லவேண்டாமா? அதுதான் நம்முடைய ரெஸ்யூமெ-இன் அடுத்த பகுதி.

எடுத்துக்காட்டாக, நீங்கள் ஒரு சிறந்த கணக்காளராக வர விரும்புகிறீர்கள். ஆனால், அந்த விருப்பம்மட்டும் போதுமா? அதற்கான தகுதிகளை வளர்த்துக்கொண்டிருக்கிறீர்களா?

அதாவது, நாம் இதுவரை என்ன படித்திருக்கிறோம், இதற்குமுன் வேலை செய்த அனுபவம் உண்டா, ஆம் எனில் எத்தனை வருட அனுபவம், அங்கே என்னவெல்லாம் கற்றுக்கொண்டோம் இந்த விவரங்களைத் தெளிவாகச் சொல்லவேண்டும்.

கவனியுங்கள், 'தெளிவாக' என்றுதான் சொன்னோம், 'விரிவாக' என்று சொல்லவில்லை!

சிலர், படிப்பு விவரங்களைச் சொல்கிறேன் பேர்வழி என்று அவர்களுடைய பள்ளி, கல்லூரியின் முழு முகவரி, எந்த வருடம் படித்தார்கள், காலாண்டு, அரையாண்டு, முழு ஆண்டுப் பரீட்சை மதிப்பெண்கள், ஆண்டு விழாவில் அவர்கள் வாங்கிய தக்கனூண்டு மெடல் என்று எல்லாவற்றையும் எழுதிவைப்பார்கள்.

இந்த விவரங்களெல்லாம், உங்களுக்கு முக்கியமானதாக இருக்கலாம். ஆனால் உங்கள் ரெஸ்யூமெ-ஐப் படிக்கிற அதிகாரிக்கு, இவை சலிப்பூட்டக்கூடும். ஆகவே, சுருக்கமாக, அதேசமயம் முக்கியமான விஷயங்களைத் தவறவிடாமல் எழுதுங்கள். இப்படி:

1987-1999: அரசு ஆண்கள் உயர்நிலைப் பள்ளி (10+2): 89%

1999-2001: அரசுக் கலைக் கல்லூரி (BA): 76%

2001-2003: மாவட்டக் கலைக் கல்லூரி (MA): 91%

இதுபோல், இரண்டு அல்லது மூன்று வரிகளில் நம்முடைய படிப்பு விவரங்களைச் சுருக்கிச் சொல்லிவிடமுடியும். இதையே யாரும் படிப்பார்களா என்பது சந்தேகம்தான்.

அப்படியானால், வேலை தேடும்போது படிப்பு முக்கியம் இல்லையா? அதற்கு யாரும் மரியாதை தரமாட்டார்களா?

கொஞ்சம் கசப்பாக இருந்தாலும், அதுதான் உண்மை. நீங்கள் என்ன, எங்கே படித்திருக்கிறீர்கள் என்கிற விவரங்களை மேலோட்டமாகப் பார்ப்பதுதவிர, அதற்குமேல் யாரும் பெரிதாக அலட்டிக்கொள்வதில்லை, ஒரு டிகிரி வாங்கியிருக்கிறானா? 60% மதிப்பெண்களுக்குமேல் இருக்கிறதா? அது போதும்.

ஆகவே, நம்முடைய படிப்பு விவரங்களைவிட, இந்தக் காலகட்டத்தில் நாம் என்ன தெரிந்துகொண்டோம் என்பதற்குதான் ரெஸ்யூமெ-இல் முக்கியத்துவம் தரவேண்டும்.

கவனியுங்கள், படிப்பு வேறு, தெரிந்துகொள்வது வேறு!

சிலர், பிஏ, எம்ஏ, இரட்டை பிஹெச்டி எல்லாம் படித்திருப்பார்கள். ஆனால் அத்தனையும் புத்தக ஞானம், மனப்பாடம் செய்து ஒப்புவிக்கத் தெரியும், ஆனால் நிஜ வாழ்க்கையில் அந்த ஞானத்தைப் பயன்படுத்தத் தெரியாமல் விழிப்பார்கள்.

வேறு சிலர், சுமாராகத்தான் படிப்பார்கள், ஏதோ ஒரு டிகிரி, சொற்ப மதிப்பெண்களுடன் பாஸ் செய்திருப்பார்கள். ஆனால் அதேசமயம், தாங்கள் எந்தத் துறையில் ஈடுபட விரும்புகிறோமோ, அதுபற்றிய பல 'ப்ராக்டிகல்' விஷயங்களைத் தெரிந்துவைத்திருப்பார்கள், பயிற்சி பெற்றிருப்பார்கள்.

வேலை மார்க்கெட்டில், முதல் வகை ஆள்களுக்கு மரியாதை கிடைக்கும், ஆனால் இரண்டாவது வகை ஆள்களுக்குதான் உடனடியாக வேலை கிடைக்கும்!

ஆகவே, நம்முடைய படிப்பு விவரங்களைக்கூடப் பின்னால் சொல்லிக்கொள்ளலாம். இப்போது, நம்முடைய திறமைகள், தகுதிகளை ஒன்றுவிடாமல் பட்டியல் போடுங்கள்.

அடுத்தபடியாக, ஏற்கெனவே ஒரு வேலையில் இருந்தபடி இன்னொரு வேலை தேடுகிறவர்கள், தங்களுடைய முன் அனுபவத்தைப்பற்றிக் குறிப்பிடலாம். எந்தெந்த நிறுவனங்களில், எத்தனை ஆண்டுகள், எந்தெந்தப் பொறுப்பில் இருந்தோம் என்பதைப் பட்டியல் வடிவில் எழுதலாம்.

முன்பு பள்ளி, கல்லூரிப் படிப்பு அனுபவத்தைப்பற்றிச் சொல்லும்போது, 'சுருக்கமாக எழுதுங்கள்' என்று அறிவுரை சொன்னோம். ஆனால் இங்கே, கொஞ்சம் விரிவாக எழுதினால் தப்பில்லை.

எடுத்துக்காட்டாக, பழைய கம்பெனியில் நீங்கள் ஒரு குறிப்பிட்ட ப்ராஜெக்டில் பிரமாதமாக வேலை செய்து கலக்கியிருக்கிறீர்கள். அது என்ன தொழில்நுட்பம், அதில் பங்கு பெற்றவர்கள் எவ்வளவு பேர், எத்தனை மாதங்களுக்கு நடந்த ப்ராஜெக்ட் அது, இதில் உங்களுடைய பங்கு என்ன என்பதையெல்லாம் விளக்கலாம்.

இதன்மூலம், நமக்கு இரட்டை லாபங்கள். ஒன்று, நாம் இதற்குமுன் செய்த சாதனைகளை நாமே விளக்குவதற்கான ஒரு சந்தர்ப்பம், இதை வாசிக்கிறவர்களுக்கு நம்முடைய தனித்திறமைகள் புரியவரும்.

இன்னொன்று, உங்களை இன்டர்வ்யூ செய்கிறவர்கள் பெரும்பாலும் சோம்பேறிகள். அவர்கள் உங்களுடைய ப்ராஜெக்டைப்பற்றிப் படித்து, அதிலிருந்தே வளைத்து நெளித்துக் கேள்வி கேட்பார்கள்.

எங்கோ இல்லாத விஷயத்தைப்பற்றிக் கேட்டால்தான் நமக்குக் கஷ்டம், நாம் ஏற்கெனவே வேலை செய்த ப்ராஜெக்ட்தானே? சும்மா புகுந்து விளையாடிவிடவேண்டியதுதானே!

ஆனால், எனக்கு இதற்குமுன் வேலை அனுபவமே இல்லை, நான் ப்ராஜெக்டுக்கு எங்கே போவேன்?

கவலைப்படாதீர்கள். இங்கே யாரும் கர்ணன்போலப் பிறக்கிற போதே ப்ராஜெக்ட் அனுபவத்துடன் வந்து குதிக்கவில்லை. எல்லோரும் உங்களைப்போல் அனுபவமில்லாமல் தொடங்கி உயரே சென்றவர்கள்தான்.

ஆகவே, ஒருவேளை நீங்கள் கல்லூரிப் படிப்பின்போது சில செய்முறைப் பயிற்சிகளில் ஈடுபட்டிருந்தால், அந்த விவரங்களை ரெஸ்யூமெ-இல் குறிப்பிடுங்கள். அதுவும் இல்லை என்றால், ‘புதியவர்’ *(Fresher)* என்றே தைரியமாகச் சொல்லிவிடலாம், தப்பே இல்லை.

முக்கியமான விஷயம், நமக்கு ப்ராஜெக்ட் அனுபவம் இல்லையே என்று வருந்தி, பொய்யான விவரங்களை ரெஸ்யூமெ-இல் நிரப்பிவிடாதீர்கள். அது உங்களை நிச்சயமாகக் கவிழ்த்துவிடும்.

காரணம், இப்போதெல்லாம் இப்படிப் பொய் சொல்லி வேலை வாங்குகிறவர்கள் அதிகமாகிவிட்டார்கள். ஆகவே, உங்களை இன்டர்வ்யூ செய்ய வருகிறவர்கள், எல்லோரையும் லேசான சந்தேகத்துடன்தான் தோண்டித் துருவுவார்கள்.

அப்படி அவர்கள் கேள்வி கேட்டுத் துளைக்கும்போது, பொய்யான ப்ராஜெக்ட் எழுதிய நீங்கள், திருதிரு என்று விழித்தால், உங்கள்மேல் அவர்களுக்குத் தவறான எண்ணம் விழுந்துவிடும். அதன்பிறகு, அவர்கள் உங்களுடைய நிஜமான திறமை, தகுதி, அனுபவத்தைக்கூட சந்தேகப்பட ஆரம்பித்துவிடுவார்கள்.

ஆகவே, நாம் ஏற்கெனவே பார்த்ததுபோல், ரெஸ்யூமெ-இல் பொய் வேண்டாம். நிஜமாகவே நமக்கு ஏதேனும் ப்ராஜெக்ட் அனுபவம் இருந்தால், அதை சந்தோஷமாக எழுதுவோம், இல்லாவிட்டால், 'நான் புதுசுங்க' என்று உண்மையைச் சொல்லிவிடுவது உத்தமம்.

நீங்கள் ப்ராஜெக்ட் அனுபவம் எழுதினாலும் சரி, எழுதாவிட்டாலும் சரி, இத்துடன் உங்களுடைய ரெஸ்யூமெ முடிவடைந்துவிடுகிறது. இதற்குமேல் நீங்கள் எழுதும் ஒவ்வொரு வார்த்தையும் அநாவசிய நீளம்தான் என்பதைப் புரிந்துகொள்ளுங்கள்.

ஆனால் அதேசமயம், சில நிறுவனங்கள் நம்மைப்பற்றிய தனிப்பட்ட விவரங்களையும் அறிந்துகொள்ள ஆர்வம் காட்டுகின்றன. எடுத்துக்காட்டாக, பிறந்த தேதி, திருமணமானவரா என்ற விவரம், நமக்குப் பேசத் தெரிந்த மொழிகள், நம்முடைய தனிப்பட்ட ஆர்வங்கள், பாஸ்போர்ட் உள்ளதா, ஆம் எனில், எதுவரை ... இதுபோல் சில விவரங்களைச் சுருக்கமாக நமது ரெஸ்யூமெ-இன் பின்பகுதியில் தரலாம். தப்பில்லை.

இதேபோல், நம்மை நன்கு அறிந்த, நம்மைப்பற்றி நாலு வார்த்தை நல்லவிதமாகச் சொல்லக்கூடிய பெரிய மனிதர்களின் பெயர்களையும் இங்கே சொல்லலாம். ஒருவேளை அப்படிக் குறிப்பிட மறந்துபோய்விட்டாலும் பெரிதாக எந்தப் பிரச்னையும் இல்லை.

ஆக, ரெஸ்யூமெ என்பது சுருக்கமாக இருக்கவேண்டும், அதேசமயம், நம்மைப்பற்றித் தெளிவாகச் சொல்லவேண்டும்.

இந்த இரண்டு விதிகளை அடிப்படையாக வைத்துக்கொண்டு, உங்களுடைய ரெஸ்யூமெ-ஐத் தயார் செய்யுங்கள்.

அதுமட்டுமில்லை, ஒருமுறை ரெஸ்யூமெ எழுதிவைத்துவிட்டு, அத்துடன் மறந்துவிடுவது ஆகாது. அதை அவ்வப்போது மாற்றிக்கொண்டிருக்கவேண்டும்.

எடுத்துக்காட்டாக, நீங்கள் ஒரு புதிய விஷயத்தை, தொழில்நுட்பத்தைக் கற்றுக்கொள்கிறீர்கள், ஒரு சிறிய நிறுவனத்தில் சேர்ந்து ப்ராஜெக்ட் வேலையில் ஈடுபடுகிறீர்கள், இதையெல்லாம் உடனுக்குடன் ரெஸ்யூமெ-இல் சேர்க்கவேண்டும்.

அதாவது, இந்த விநாடியில் நான் உங்களுடைய ரெஸ்யூமெ-ஐப் புரட்டினால், சென்ற விநாடிவரை நீங்கள் என்ன செய்தீர்கள் என்பது தெரியவேண்டும், அதுதான் நல்ல ரெஸ்யூமெ!

இப்போது, ரெஸ்யூமெ தொடர்பாக மக்களுக்கு இருக்கும் சில பொதுவான கேள்விகள், சந்தேகங்களை விரைவாகப் பார்த்துவிடலாம்.

முதலில், நல்ல ரெஸ்யூமெ எழுதிவிட்டால், உடனே வேலை கிடைத்துவிடும் என்கிறார்களே? உண்மையா?

ஓரளவு உண்மைதான். ஆனால், வெறுமனே ரெஸ்யூமெ-ஐ வைத்து வேலை கொடுப்பவர்கள் யாரும் இல்லை.

நம்முடைய ஜாதகம் நன்றாக இருந்தால், உடனே பெண் வீட்டில் ஆர்வம் காட்டுகிறார்கள், இல்லையா? அதுபோல, நல்ல ரெஸ்யூமெ-க்கு வேலைச் சந்தையில் மரியாதை உண்டு, சட்டென்று கவனம் ஈர்க்கலாம். அதுதான் இதனால் மிகப் பெரிய நன்மை.

மற்றபடி, நீங்கள் என்னதான் பிரமாதமான ரெஸ்யூமெ எழுதிவைத்திருந்தாலும், எல்லோரையும்போல் எழுத்துத் தேர்வு, இன்டர்வ்யூ போன்றவற்றைச் சந்திக்கத்தான் வேண்டும், அதிலெல்லாம் ஜெயித்தால், அதன்பிறகுதான் வேலை!

ஆரம்பத்தில், ரெஸ்யூமெ சுருக்கமாக இருக்கவேண்டும் என்று சொன்னீர்கள். அதன்பிறகு, இப்படி அதைச் சொல்லவேண்டும், இதைச் சொல்லவேண்டும் என்று நீட்டி முழக்குகிறீர்களே, உண்மையில் ஒரு ரெஸ்யூமெ எத்தனை பக்கம் இருக்கவேண்டும்?

ரெஸ்யூமெ என்பது, அறிமுகக் குறிப்பு. அது ஒரு பக்கத்திலும் இருக்கலாம், நூறு பக்கங்களிலும் இருக்கலாம்!

இங்கே தரப்பட்டிருக்கும் அத்தனை விஷயங்களும் ஒரு ரெஸ்யூமெ-இல் அவசியம் இடம் பெறவேண்டும் என்பது கட்டாயம் கிடையாது. இதில் எது நமக்குப் பொருந்துகிறதோ, அதைமட்டும் ரெஸ்யூமெ-இல் சேர்த்தால் போதுமானது.

அடுத்து, இந்தத் தகவல்களை ஒரே பக்கத்திலும் சொல்லப் பழகவேண்டும், இரண்டு, நான்கு, எட்டுப் பக்கங்களிலும் விவரித்துப் பார்க்கவேண்டும்.

காரணம், சில நிறுவனங்கள், ‘ஒரே பக்கத்தில் உங்களைப்பற்றிச் சொல்லுங்கள்’ என்று கேட்பார்கள், வேறு சிலர், விரிவான விவரங்களை எதிர்பார்ப்பார்கள்.

இந்தச் சவாலைச் சமாளிக்க ஓர் எளிய வழி, இரண்டு பக்கத்தில் ஒரு குட்டி ரெஸ்யூமெ எழுதுவது, அதன்பிறகு, பத்துப் பக்கத்தில் அதன் விரிவான வடிவத்தையும் எழுதுவது.

இப்போது, குட்டி ரெஸ்யூமெ-ஐ நமது விண்ணப்பத்துடன் இணைத்து அனுப்பலாம், பெரிய ரெஸ்யூமெ-ஐ இண்டர்வ்யூவுக்குச் செல்லும்போது கையோடு கொண்டு செல்லலாம். அங்கே அவர்கள் விவரம் கேட்கும்போது, இதைக் காண்பித்து விளக்கினால் அசந்துபோய்விடுவார்கள்.

அடுத்த கேள்வி, ரெஸ்யூமெ-இல் பொய் சொன்னால் எப்படிக் கண்டுபிடிப்பார்கள்?

’மொசப் பிடிக்கிற நாயை, மூஞ்சைப் பார்த்தா தெரியாதா?’ என்று நம் ஊரில் ஒரு பழமொழி உண்டு. அதுபோல, ரெஸ்யூமெ-இல் பொய் சொல்கிறவர்களின் முகமே அவர்களுடைய தவறைக் காட்டிக்கொடுத்துவிடும்.

உங்களை இண்டர்வ்யூ செய்கிறவர்கள் இதுபோல் எத்தனையோ பேரைப் பார்த்திருப்பார்கள். ஆகவே, சட்டென்று பொய்யர்களை அடையாளம் கண்டுவிடுவார்கள்.

ஆனால் அதேசமயம், தந்திரமாகப் பொய் சொல்லிவிட்டு, முகத்தை அப்பாவிபோல் வைத்துக்கொண்டு, சாமர்த்தியமாகப் பேசிச் சமாளிக்கிற கில்லாடிகளும் உண்டு. அவர்கள் இன்டர்வ்யூவில் தப்பித்தாலும், பின்னர் மாட்டிக்கொள்வார்கள்.

நூற்றுக்குத் தொண்ணூற்றைந்து நிறுவனங்கள், உங்களைத் தேர்ந்தெடுத்து அப்பாயிண்ட்மென்ட் ஆர்டர் தந்த கையோடு, அல்லது அதற்கு முன்பாகவே உங்களுடைய ரெஸ்யூமெ-ஐ ஒரு ப்ரைவேட் டிடெக்டிவ் கையில் கொடுத்துவிடுவார்கள். இவர்கள் உங்களைப்பற்றி விசாரித்து, எல்லாத் தகவல்களும் ஒழுங்காக இருக்கின்றன என்று உறுதி செய்தால்தான் வேலை, இல்லையென்றால் காலி!

அப்புறம், ரெஸ்யூமெ-இல் ஃபோட்டோ அவசியமா?

தேவையில்லை. சில கம்பெனிகளில், நம்முடைய ரெஸ்யூமெ-உடன், அவர்களே ஒரு விண்ணப்பப் படிவம் கொடுத்து நிரப்பச் சொல்வார்கள், அதில் புகைப்படத்துக்கென்று தனியே கட்டம் கட்டியிருந்தால், ஃபோட்டோவை ஒட்டுங்கள், மற்றபடி ரெஸ்யூமெ-உடன் ஃபோட்டோ இணைப்பதால் எந்தப் பயனும் கிடையாது. நிச்சயமாக உங்கள் அழகைப் பார்த்து யாரும் வேலை தரப்போவதில்லை.

அடுத்து, ஒரு சங்கடமான கேள்வி, சிலர் தங்களுடைய ரெஸ்யூமெ-இல் 'எதிர்பார்க்கும் சம்பளம்' என்று குறிப்பிடுகிறார்களே, அது நல்லதா, கெட்டதா?

ஒரு விஷயம் புரிந்துகொள்ளுங்கள். வேலை தேடுகிறவர்கள் தாங்கள் என்ன சம்பளம் எதிர்பார்க்கிறோம் என்பதைக் குறிப்பிடுவதில் கூச்சப்படவேண்டியதில்லை. எல்லோரும் சம்பாதிப்பதற்காகத்தான் வேலை பார்க்கிறார்கள், யாரும் சேவை நோக்கத்துடன் ரெஸ்யூமெ எழுதுவதில்லை.

அந்தக் கண்ணோட்டத்தில் பார்த்தால், ரெஸ்யூமெ-இலேயே நான் இவ்வளவு ரூபாய் சம்பளம் எதிர்பார்க்கிறேன் என்று குறிப்பிடுவதில் எந்தத் தவறும் இல்லை. ஒருவேளை நீங்கள் இதைக் குறிப்பிட மறந்திருந்தாலோ, தவிர்த்திருந்தாலோகூட, பல நிறுவனங்கள் உங்களிடம் இந்த விவரத்தை வெளிப்படையாகவே கேட்டுக் குறித்துக்கொள்கின்றன.

ஆனால் அதேசமயம், நீங்கள் சம்பள விஷயத்தில் ரொம்பப் பிடிவாதமாக இல்லை, அட்ஜஸ்ட் செய்துகொள்ளத் தயார் என்றால், அதை ரெஸ்யூமெ-இல் எழுதிவைக்காமல் இருப்பதே நல்லது. தேவைப்பட்டால், இன்டர்வ்யூவின்போது பேசிக்கொள்ளலாம், இப்போது வேண்டாம்.

சரி, ஒருவழியாக நல்ல ரெஸ்யூமெ-ஐ எழுதிவிட்டேன். இப்போது அடுத்து என்ன செய்யவேண்டும்?

ரெஸ்யூமெ என்பது, உங்களுடைய அருமை, பெருமைகளைச் சொல்லும் விளம்பர நோட்டீஸ். அதை அச்சடித்து நீங்களே வைத்துக்கொண்டால் எந்தப் பிரயோஜனமும் இல்லை, ஊர்முழுக்க விநியோகித்தால்தான் பலன் கிடைக்கும்.

ஆகவே, உங்கள் ரெஸ்யூமெ-ஐ முதலில் நல்ல, அழகான தாளில் தட்டச்சு செய்யுங்கள், கம்ப்யூட்டரில் வடிவமைத்து அச்சு எடுத்தால் இன்னும் நல்லது, இதற்கு அதிகம் செலவு ஆகாது, மிஞ்சிப்போனால் ஐம்பது ரூபாய், அவ்வளவுதான்.

அதன்பிறகு, இந்த ரெஸ்யூமெ-ஐப் பல பிரதிகள் எடுத்துவைத்துக் கொள்ளுங்கள். குறைந்தபட்சம் ஐந்து, அதிகபட்சம் பத்து பிரதிகள் எப்போதும் உங்கள் கைவசம் இருக்கவேண்டும். அது தீரத் தீர, புதுப் பிரதிகளைச் சேர்த்துக்கொள்ளுங்கள்.

ரெஸ்யூமெ-ஐ யாரிடம், எப்படி விநியோகிப்பது?

இந்தக் கேள்விக்கு, யாரும் பதில் சொல்லவேண்டிய அவசியம் இல்லை, நீங்களே இதற்கான வழிமுறைகளைச் சுலபமாகத் தேடிக் கண்டுபிடிக்கலாம்.

எடுத்துக்காட்டாக, உங்களுடைய பெற்றோர், உறவினர்கள்,

நண்பர்கள், முக்கியமாக ஏற்கெனவே நல்ல வேலைகளில் உள்ளவர்களிடம் உங்களுடைய ரெஸ்யூமெ ஒன்றிரண்டு பிரதிகள் கொடுத்து வைக்கலாம், 'தயவுசெய்து இதை உங்கள் நிறுவனத்தில் தந்து உதவி செய்யுங்கள்' என்று அவர்களிடம் உதவி கேட்கலாம்.

இந்த விஷயத்தில் தயக்கமோ, கூச்சமோ கூடாது. எத்தனை பேரிடம் நம்முடைய ரெஸ்யூமெ சென்று சேர்கிறதோ, அத்தனை நல்லது!

பையனுக்கோ, பெண்ணுக்கோ பொருத்தமான வரன் தேடுகிற பெற்றோரைப் பாருங்கள், கண்ணில்படுகிறவர்கள் எல்லோரிடமும், ஒரு ஜெராக்ஸ் ஜாதகத்தைக் கொடுத்துக் கொண்டிருப்பார்கள். நமக்குப் பார்க்க வேடிக்கையாக இருக்கும்.

ஆனால், அப்படி யாரோ முகம் தெரியாதவரிடம் கொடுக்கப்பட்ட ஜாதகம்தான், அவர்களுக்குக் கடைசியில் ஒரு நல்ல வரனைத் தேடிக் கொடுக்கும். அப்படி அமைந்த திருமணங்கள்தான் இங்கே அதிகம்.

அதுபோல, நம்முடைய ரெஸ்யூமெ யார்மூலமாக எங்கே சென்று சேரும் என்பது நமக்கே தெரியாது. ஆகவே, தெரிந்தவர்கள், தெரியாதவர்கள், அறிந்தவர்கள், அறியாதவர்கள் என எல்லோரிடமும் கொடுத்துவைப்பது நல்லது.

இதுதவிர, குறிப்பிட்ட வேலைகளுக்கு விண்ணப்பம் செய்யும்போது, அதில் நமது ரெஸ்யூமெ-ஐ இணைத்து அனுப்பத் தவறக்கூடாது. நிறுவனங்களுக்கு நேரில் செல்வது, தபாலில் அனுப்புவது, இணையம் வழியே விண்ணப்பிப்பது என எல்லாவற்றுக்கும் ரெஸ்யூமெ ஓர் அத்தியாவசியத் தேவை.

சரி, ஒரு நல்ல வேலையைத் தேர்ந்தெடுத்து, நமது ரெஸ்யூமெ-ஐ அனுப்பிவிட்டோம். அடுத்து என்ன?

இனிமேல்தான், நமக்குப் பல முக்கியமான பரீட்சைகள் தொடங்கப்போகின்றன!

9. வடிகட்டும் பரீட்சைகள்

ஒரு மரத்தில் சில குரங்குகள் உட்கார்ந்திருக்கின்றன, அப்போது தூரத்தில் ஒரு துப்பாக்கிக் குண்டு வெடிக்கிறது, உடனே, பாதிக் குரங்குகள் கீழே விழுந்துவிடுகின்றன.

சிறிது நேரம் கழித்து, 'டமால்', இன்னொரு குண்டு வெடிக்கும் சத்தம், மீதமிருந்த குரங்குகளில் பாதி கீழே விழுந்துவிடுகின்றன.

இப்படியே வரிசையாக ஏழு குண்டுகள் வெடிக்கின்றன. ஒவ்வொருமுறையும் பாதிப் பாதி குரங்குகள் மரத்திலிருந்து விழுந்துவிட்டன. கடைசியாக, மரத்தில் ஒரே ஒரு குரங்குதான் உட்கார்ந்திருக்கிறது.

அப்படியானால், ஆரம்பத்தில் அந்த மரத்தில் உட்கார்ந்திருந்த குரங்குகள் எத்தனை?

என்ன திடீரென்று கணக்குப் பாடம் என்று யோசிக்கிறீர்களா? இந்தக் கேள்விக்குப் பின்னால், பல பெரிய விஷயங்கள் ஒளிந்திருக்கின்றன.

கம்ப்யூட்டர், சாஃப்ட்வேர் நிறுவனங்களில் தொடங்கி, கால்சென்டர்கள், வங்கிகள், கல்வி நிறுவனங்கள், விற்பனை

மையங்கள் என எங்கே வேலை காலி இருந்தாலும், அதை நிரப்புவதற்கு இதுமாதிரியான சில கேள்விகளைத்தான் பயன்படுத்துகிறார்கள். உலகம்முழுவதும், இதுபோன்ற கேள்விகள்தான் கோடிக்கணக்கான வேலைகளுக்கு யார் தேர்வு செய்யப்படவேண்டும் என்பதைத் தீர்மானிக்கின்றன!

இன்னும் சரியாகச் சொல்வதானால், அவர்கள் யாரை வேலைக்கு எடுக்கக்கூடாது என்று கண்டறிவதற்கு இந்தக் கேள்விகள் மிகவும் உதவுகின்றன. மனிதவள (HR & Human Resources) மொழியில் இதனை 'வடிகட்டுதல்' (Filtering) என்று அழைப்பார்கள்.

நம்முடைய வேலைக்கும் இதுபோன்ற கால்குலேட்டர் கணக்குகளுக்கும் என்ன சம்பந்தம்? அதைப்பற்றி யோசிப்பதற்கு முன்னால், இந்த 'வடிகட்டுதல்' என்றால் என்ன என்று தெரிந்துகொண்டுவிடுவது அவசியம்.

உலகத்தில் எங்கே பார்த்தாலும், வேலையில்லாத் திண்டாட்டம்தான் அதிகம் தென்படுகிறது. வேலைக்கு ஆள்கள் இல்லை என்று திண்டாடுகிற நிறுவனங்கள் மிகக் குறைவு.

இதனால், ஒவ்வொரு வேலைக்கும், ஒன்றுக்கும் மேற்பட்டவர்கள் விண்ணப்பம் போடுகிறார்கள். இன்றைய தேதிக்கு, இந்தியாவில் ஒரு லட்சம் வேலைகள் காத்திருக்கின்றன என்றால், அதற்குப் பல லட்சம் பேர் போட்டியிடப்போகிறார்கள்.

இந்தப் பல லட்சம் பேரில், எந்த ஒரு லட்சம் பேரைத் தேர்ந்தெடுப்பது? அவர்களை எப்படி அடையாளம் காண்பது? பெரிய நிறுவனங்களின் மிக முக்கியமான குழப்பம் இது.

வெறுமனே ஆளைப் பார்த்து எடை போடுவது ஆகாது. மேல்பார்வைக்கு பில் கேட்ஸும், 'மிஸ்டர் பீன்' நகைச்சுவையாளரும்கூட கிட்டத்தட்ட ஒரேமாதிரிதான் இருக்கிறார்கள். அகத்தின் அழகு, எந்நேரமும் முகத்தில் தெரிந்துகொண்டிருப்பதில்லை.

சரி, அவர்கள் என்ன படித்திருக்கிறார்கள், அதில் எத்தனை மார்க் வாங்கியிருக்கிறார்கள் என்பதை வைத்து முடிவு செய்யலாமா?

அதுவும் சரிப்படாது. ஒவ்வொரு வருடமும், கிட்டத்தட்ட ஒரேமாதிரியான படிப்பை முடித்துவிட்டு லட்சக்கணக்கான இளைஞர்கள் வெளியே வருகிறார்கள். இவர்களில் நூற்றுக்குத் தொண்ணூற்றொன்பது மார்க் வாங்கியவர்கள்மட்டும் புத்திசாலிகள் என்று அர்த்தம் இல்லை. சராசரியாக நாற்பது, ஐம்பது மதிப்பெண் வாங்கி பாஸ் செய்கிறவர்கள்தான், பல சமயங்களில் பிரமாதமான திறமையாளர்களாக வெளிப்படுகிறார்கள்.

அப்படியானால், ஒரு நிறுவனத்தில் வேலை கேட்டு விண்ணப்பிக்கிற ஏராளமானவர்களில், யார் நிஜமான திறமைசாலிகள், தங்களுக்குப் பொருத்தமானவர்கள் என்பதை அவர்கள் எப்படித்தான் கண்டறியமுடியும்? ஒவ்வொருவரையும் தனித்தனியே சந்தித்து நேர்முகத் தேர்வு நடத்திக்கொண்டிருந்தால் நேரம் போதாதே!

இங்கேதான், வடிகட்டுதல் அவசியப்படுகிறது. பத்து வேலை காலியிடங்கள் உள்ள இடத்தில், நூறு பேர் விண்ணப்பம் போடுகிறார்கள் என்று வைத்துக்கொள்வோம், அந்த நூறு பேரில் குறைந்தபட்சம் எண்பது பேரையாவது வடிகட்டவேண்டியிருக்கிறது. அப்போதுதான், மிச்சமிருக்கிற இருபது பேரை நிதானமாக இன்டர்வ்யூ செய்து, பத்துப் பேரைத் தேர்ந்தெடுக்கமுடியும்.

வடிகட்டுவதற்குப் பல வழிமுறைகள் உண்டு. அவற்றுள் மிகப் பிரபலமானது, '*Aptitude Tests*' எனப்படும் தகுதித் தேர்வுகள்.

கல்லூரி மாணவர்களால் 'ஆப்டி' என்று செல்லமாக அழைக்கப்படும் இந்தத் தேர்வுகளை, முன்பெல்லாம் காகிதத்தில்தான் எழுதிக்கொண்டிருந்தார்கள். ஆனால் இப்போது, பெரும்பாலான நிறுவனங்களில் இவையும்

கம்ப்யூட்டர்மயமாகிவிட்டன.

ஆப்டிட்யூட் தேர்வுளுக்கென்று, விசேஷமாக எதையும் படித்து மனப்பாடம் செய்யவேண்டியதில்லை. கொஞ்சம் கணக்கு ஆர்வம், ஆங்கில மொழி அறிவு, ஞாபக சக்தி, புத்திசாலித்தனம் இருந்தால் போதும், ஜமாய்த்துவிடலாம்.

பெரும்பாலான 'ஆப்டி' தேர்வுகளில், க்ரோர்பதி நிகழ்ச்சிபோல் ஒவ்வொரு கேள்விக்கும் நான்கு பதில்களைக் கொடுத்திருப்பார்கள், அந்த நான்கில் சரியான ஒன்றைத் தேர்வு செய்து 'டிக்' அடித்தால் போதும்.

இந்தத் தேர்வுகளில் பொதுவாக எந்தமாதிரியான கேள்விகள் கேட்கப்படுகின்றன?

- எளிய, எண் வடிவக் கணக்குகள் - மேலே நாம் பார்த்த 'குரங்கு'க் கணக்குபோல!
- மொழி சார்ந்த கேள்விகள் - நான்கு ஆங்கில வார்த்தைகளைக் கொடுத்து, அதில் பொருந்தாதது எது என்று கேட்பது, ஒரு வார்த்தைக்குச் சமமான, அல்லது எதிரான இன்னொரு வார்த்தையைக் குறிப்பிடச் சொல்வது, இன்னபிற
- 'லாஜிக்'கல் கேள்விகள் - கே பாலச்சந்தர் படங்களில் வருவதுபோல், 'என்னுடைய தாத்தாவின் மனைவியின் பேத்தியின் மாமாவின் ஒன்று விட்ட ஷட்டகர் எனக்கு என்ன உறவு?' என்பதுமாதிரி விட்டத்தைப் பார்த்துக்கொண்டு சிந்திக்கவைக்கும் கேள்விகள்.
- பொது அறிவுக் கேள்விகள் - மனித உடல் வெப்பம் 98.4 டிகிரி செல்ஷியஸா, அல்லது ஃபாரன்ஹீட்டா? 21 இஞ்ச் டிவி என்றால், அது நீளமா, அகலமா, குறுக்குவெட்டுத் தோற்றமா?

இன்னும் ஒரு வரைபடம் கொடுத்து, அல்லது ஒரு சூழ்நிலையை விளக்கிச் சொல்லி, அதிலிருந்து நுணுக்கமான கேள்விகள்

கேட்பது, சிறு புதிர்கள் என்று ஏகப்பட்ட வகைக் கேள்விகள் உண்டு. இவற்றில் இதுதான் கேட்கப்படும், இதெல்லாம் கேட்கமாட்டார்கள் என்று யாராலும் சொல்லமுடியாது.

ஒவ்வொரு நிறுவனத்தைப் பொறுத்து, ஆப்டிட்யூட் தேர்வுகளின் தன்மை மாறுபடுகிறது. ஒரே நிறுவனத்தினுள்கூட, வெவ்வேறு வேலைகளுக்கு மாறுபட்ட தேர்வுகள் நடத்தப்படுவது உண்டு.

ஆனால், இதுமாதிரியான வடிகட்டல் தேர்வுகள் அனைத்துக்கும், ஒரு பொதுவான குணம் உண்டு - கேள்விகள் கடினமாக இருக்காது, கொஞ்சம் நிதானமாக யோசித்தால் கண்டிப்பாக எல்லோராலும் விடை கண்டுபிடித்துவிடமுடியும்.

பிரச்னை என்னவென்றால், அப்படிப் பொறுமையாகச் சிந்தித்து பதில் எழுதுவதற்கு நேரம் இருக்காது. ஒரு மணி நேரத்தில் எழுபத்தைந்து கேள்விகள், அல்லது அரை மணி நேரத்தில் ஐம்பது கேள்விகளுக்கு பதில் அளித்தாகவேண்டும் என்று அவசரப்படுத்துவார்கள்.

குறிப்பிட்ட அந்த நேரத்துக்குள், நாம் எத்தனை விரைவாகச் சிந்திக்கிறோம் என்பதுதான் சவால். பென்சில், காகிதத்தைப் பயன்படுத்தாமல் மனக் கணக்காகவே யோசிக்கிறவர்களால், இந்தத் தேர்வுகளை மளமளவென்று எழுதி முடித்துவிடமுடியும்.

ஆனால் அதற்காக, பேப்பரைத் தொட்டால் தப்பு என்று அர்த்தமில்லை. எந்தக் கேள்வியிலும் அளவுக்கு அதிகமாக நேரத்தை வீணாக்காமல் பதில் அளிக்கவேண்டும். ஒவ்வொரு கேள்விக்கும் ஒரு நிமிடத்துக்கும் குறைவான நேரம்தான் தரப்பட்டிருக்கிறது என்பதை எப்போதும் நினைவில் வைத்துக்கொள்ளவேண்டும்.

இதனால், ஒரு கேள்விக்கு பதில் தெரியாவிட்டால், அதையே யோசித்துக் கவலைப்பட்டுக்கொண்டிருப்பதைவிட, சட்டென்று அடுத்த கேள்விக்குப் போய்விடுவது புத்திசாலித்தனம். அப்போதுதான், குறுகிய காலத்தில் அதிகக் கேள்விகளைத் தொடமுடியும்.

சில தேர்வுகளில், தவறான பதில்களுக்கு 'நெகட்டிவ்' மதிப்பெண்கள் வைத்திருப்பார்கள். அதுமாதிரியான நேரங்களில், எந்தக் கேள்விக்கும் ஊகத்தின் அடிப்படையில் பதில் அளிக்காமல் இருப்பது நல்லது. விடை நிச்சயமாகத் தெரிந்தால்மட்டும் எழுதுங்கள்.

நெகட்டிவ் மார்க் இல்லை என்றால், கொஞ்சம் நிம்மதி. தேர்வு முடிவதற்கு இரண்டு நிமிடம் உள்ளவரை, நம்மால் முடிந்த கேள்விகளுக்கு பதில் எழுதலாம், மிச்சமுள்ள கேள்விகளுக்கெல்லாம் இங்க்கி பிங்க்கி போட்டுப் பார்த்து ஏதாவது ஒரு பதிலை 'டிக்' செய்துவைக்கலாம், வருகிற மார்க் வரட்டுமே.

பொதுவாக, ஆப்டிட்யூட் தேர்வுகளில் யாரும் வேகத்தைப் பார்ப்பதில்லை. எந்தமாதிரியான கேள்விகளுக்கு எப்படி பதில் சொல்லியிருக்கிறீர்கள் என்பதைத்தான் கவனிக்கிறார்கள். அதன் அடிப்படையில் உங்களுடைய (ஆங்கில) மொழி அறிவு, கணக்கிடும் தன்மை, லாஜிக்கல் சிந்தனைத் திறமை, வடிவங்கள், உருவங்களை ஆராயும் தன்மை, விதிமுறைகளைச் சரியாகப் புரிந்துகொண்டு பின்பற்றுகிறார்களா என்று பல விஷயங்கள் கணக்கிடப்படுகின்றன.

இந்த மதிப்பெண்களை, சம்பந்தப்பட்ட வேலையின் தேவைகளோடு ஒப்பிட்டுப் பார்ப்பார்கள். அதன் அடிப்படையில்தான், நாம் வாங்கியிருக்கிற மதிப்பெண்களுக்கு முக்கியத்துவம் கூடும். அல்லது குறையும்.

எடுத்துக்காட்டாக, கம்ப்யூட்டர் ப்ரொக்ராமர் வேலைக்கு கணக்குத் திறமை, லாஜிக்கல் சிந்தனை முக்கியம், மொழித் தேர்வில் ஒன்று இரண்டு மார்க் குறைந்திருந்தால்கூடப் பரவாயில்லை. ஆகவே, கணக்கு மற்றும் லாஜிக் சார்ந்த கேள்விகளுக்கு நாம் கூடுதல் முக்கியத்துவம் தரலாம்.

இப்படி ஆப்டிட்யூட் தேர்வில் பங்கேற்ற எல்லோருடைய மதிப்பெண்களையும் தனித்தனியே கணக்கிட்டபிறகு,

இதில் குறைந்தபட்ச மதிப்பெண்களைத் தாண்டாதவர்கள் நிராகரிக்கப்படுகிறார்கள். அல்லது மொத்தத்தில் அதிக மார்க் வாங்கியிருக்கும் பத்து அல்லது இருபது பேரைமட்டும் தேர்ந்தெடுத்து அடுத்த சுற்றுக்கு அனுப்புகிற வழக்கமும் உண்டு.

வடிகட்டும் தேர்வுகளின் நோக்கமே, இப்படிச் சிலரைத் தேர்வு செய்து, மற்றவர்களை வெளியில் அனுப்புவதுதான். ஆனாலும், அவற்றை நினைத்து நாம் பயப்பட வேண்டியதில்லை. நன்கு பயிற்சி செய்து, இருக்கும் நேரத்தைப் பயனுள்ளவகையில் பயன்படுத்திக்கொள்ளப் பழகிவிட்டால், ஆப்டிட்யூட் தேர்வுகளைச் சந்திப்பதும் சமாளிப்பது மிகச் சுலபம்!

ஆப்டிட்யூட் தேர்வுகளின் ஒரு சிறப்பான அம்சம், இவற்றை யார் வேண்டுமானாலும் எழுதலாம்.

ஐந்து, பத்து வயதுப் பொடியன்கள், பல் விழுந்த பெரிசுகள், ஆண்கள், பெண்கள், எஞ்சினியரிங் படித்தவர்கள், எட்டாங்கிளாஸ் தாண்டாதவர்கள் என்று ஆப்டிட்யூட் தேர்வுகள் வித்தியாசம் பார்ப்பதில்லை. தேர்வு வினாத்தாளைப் படித்துப் புரிந்துகொள்கிற அளவுக்கு மொழி அறிவு இருந்துவிட்டால், யாரும் இந்தத் தேர்வுகளை முயன்று பார்க்கமுடியும்.

இந்தப் பொதுத்தன்மைதான், இந்த வகைத் தேர்வுகளை உலகப் பிரபலமாக்கியிருக்கின்றன. அனைத்து நாடுகளிலும், எல்லாவிதமான வேலைகளுக்கும் விண்ணப்பம் போடுகிறவர்களின் கையில், முதலில் ஒரு ஆப்டிட்யூட் வினாத்தாளைதான் நீட்டுகிறார்கள்.

முதல்நிலை வடிகட்டலான இந்தத் தடையைக் கடந்தபிறகுதான், அடுத்தகட்டப் பரிசோதனைகள் தொடங்குகின்றன. ஆப்டிட்யூட் தேர்வில் தோற்றுவிட்ட ஒருவர், அவர் என்னதான் புத்திசாலிகளாக இருந்தாலும் தொடர்ந்து பரிசீலனைக்கு எடுத்துக்கொள்ளப்படுவது மிகச் சிரமம்.

ஆப்டிட்யூட் தேர்வுகள் எல்லோருக்கும் பொது. ஆனால், அதன்பிறகு வரும் பரீட்சைகள், ஒவ்வொரு நிறுவனத்தைப்

பொறுத்து மாறுபடுகின்றன.

சில மென்பொருள் நிறுவனங்களில், ஆப்டிட்யூட் தேர்வில் வெற்றி பெற்றவர்களுக்கு உடனடியாக இன்னொரு பரீட்சை வைப்பார்கள். இதுவும் கிட்டத்தட்ட ஆப்டிட்யூட் தேர்வுமாதிரிதான். ஆனால், இங்கே கேட்கப்படும் கேள்விகள் அனைத்தும் சம்பந்தப்பட்ட தொழில்நுட்பம் சார்ந்தவையாக இருக்கும்.

எடுத்துக்காட்டாக, ஒரு கம்ப்யூட்டர் நிறுவனம் தன்னிடம் விண்ணப்பிக்கிறவர்களுடைய 'ப்ரொக்ராமிங்' அறிவைப் பரிசோதிக்கிறது, இன்னொரு வங்கி, வந்திருப்பவர்களின் 'பொருளாதார' அறிவைப் பரிசோதிக்கிறது, இப்படி.

'டெக்னிகல்' *(Technical)* என்று செல்லமாக அழைக்கப்படும் இந்தத் தொழில்நுட்பத் தேர்வுகளில் எல்லோராலும் பங்கேற்கமுடியாது. சம்பந்தப்பட்ட அந்தத் துறைபற்றி படித்துத் தெரிந்துகொண்டவர்கள், அல்லது ஏற்கெனவே அதில் பணியாற்றிய அனுபவம் கொண்டவர்கள்தான் இதில் ஜொலிக்கமுடியும்.

ஒருவேளை, அவர்கள் கேள்வி கேட்கிற அந்தத் தொழில்நுட்பம், நமக்குப் பரிச்சயமில்லாவிட்டால்?

வேறு வழியே இல்லை. 'ஐயா பெரியோர்களே, எனக்கு இந்த விஷயம் தெரியாது' என்று நேர்மையாக உண்மையை ஒப்புக்கொண்டுவிடுவதுதான் நல்லது.

இப்படிச் சொன்னால், அவர்கள் நம்மை வெளியே விரட்டிவிடுவார்களே என்று பயப்படுவது அபத்தம். தெரியாத ஒரு விஷயத்தைத் தெரிந்ததுபோல் பாவ்லா காட்டுவதைவிட, இப்படி நேரடியாக விஷயத்தைச் சொல்லிவிடுவது உத்தமம்.

நாம் ஏற்கெனவே பார்த்ததுபோல், நாம் என்ன படிக்கிறோம் என்பதைவிட, அதை எப்படிப் படிக்கிறோம், எப்படிப் பயன்படுத்துகிறோம் என்பதைத்தான் நிறுவனங்கள்

பரிசோதிக்க விரும்புகின்றன. ஆகவே, நிஜமாகவே நாம் நல்ல திறமையாளர்களாக இருந்தால், ஒரு குறிப்பிட்ட விஷயம் நமக்குத் தெரியாது என்பதற்காகமட்டும், அவர்கள் நம்மை ஒதுக்கிவிடமாட்டார்கள்.

அதேசமயம், சில வேலைகள், ஒரு குறிப்பிட்ட தொழில்நுட்பத்தை நன்கு தெரிந்தவர்களுக்குமட்டும் ஒதுக்கப்பட்டிருக்கும். ஒருவேளை அது நமக்குத் தெரியாவிட்டால், அந்தப் பணிக்கு விண்ணப்பம் செய்யாமல், வேறு காலியிடங்களில் கவனம் செலுத்துவது நல்லது.

இதை நினைத்துப் பெரிதாகக் கவலைப்படவேண்டாம். மிகச் சில சந்தர்ப்பங்களைத் தவிர்த்துப் பார்த்தால், பெரும்பாலான பெருநிறுவனங்கள் இப்படி ஒரு குறிப்பிட்ட தொழில்நுட்பத்தில் புலமை வாய்ந்தவர்கள்தான் எங்களுக்கு வேண்டும் என்று பிடிவாதம் பிடிப்பதில்லை.

'டெக்னிகல்' தேர்வுகளைப்போலவே, சில நிறுவனங்களில் பின்பற்றப்படுகிற இன்னொரு பிரபலமான வழிமுறை, அரட்டை அரங்கம்!

அதைப்பற்றி விளக்கமாகப் பேசுவதற்குமுன்னால், ஆரம்பத்தில் நாம் பார்த்த 'குரங்கு'க் கணக்குக்கு விடை, 128!

10. அரட்டையடிக்கலாம் வாங்க

உங்களுக்குப் பேசத் தெரியுமா?

பேசுவது என்றால், 'சார், உங்க வாட்ச்ல டைம் என்ன?' என்று பக்கத்தில் இருப்பவரை விசாரிப்பது அல்ல. ஏதேனும் ஒரு விஷயத்தை எடுத்துக்கொண்டு, அதில் உங்களுடைய கருத்து என்ன என்பதை வலியுறுத்திப் பேசுவீர்களா? இதுவா, அதுவா என்று குழம்புகிறவர்களைத் தெளிவுபடுத்தி உங்கள் பக்கம் இழுக்கத் தெரியுமா?

ஆம் எனில், கையைக் கொடுங்கள், வேலை தேடும் படலத்தின் அடுத்த நிலை, உங்களுக்கு மிகச் சுலபமாக அமையப்போகிறது.

இதன் பெயர், 'அரட்டை அரங்கம்', கொஞ்சம் அலுவலக மொழியில் சொல்வதென்றால், குழு விவாதம்: *Group Discussion.* சுருக்கமாக '*GD*' என்று அழைப்பார்கள்.

'*GD*' என்பது, நாம் தொலைக்காட்சிகளில் பார்க்கிற அரட்டை அரங்கம் முதலான நிகழ்ச்சிகளைப்போல்தான். ஏதோ ஒரு தலைப்பை எடுத்துக்கொண்டு எல்லோரும் தங்களுடைய கருத்தைச் சொல்லி வாதிடுவார்கள்.

பொதுவாக, இந்த விவாதங்களில் ஐந்துமுதல் பத்துப் பேர்வரை பங்கேற்பது வழக்கம். இவர்கள் எல்லோரும் சராசரியாக

ஒரே வயது இளைஞர்களாக இருப்பார்கள். ஆண்கள், பெண்கள் கிட்டத்தட்ட சம எண்ணிக்கையில் வரும்படி பார்த்துக்கொள்வார்கள்.

இவர்கள் எல்லோரையும் ஒரே அறையில் உட்காரவைத்து, அவர்கள் பேசுவதற்கு ஏதேனும் ஒரு பொதுவான விஷயத்தைத் தலைப்பாகக் கொடுத்துவிடுவார்கள். எடுத்துக்காட்டாக, 'இந்தியா - பாகிஸ்தான் இடையே நட்பு வளர என்ன செய்யலாம்?', 'நம் நாட்டில் கிரிக்கெட் அல்லாத மற்ற விளையாட்டுகளை முன்னேற்றுவது எப்படி?', 'வாழ்க்கைக்குத் திருமணம் அவசியமா?', 'சினிமா நடிகர்கள் அரசியலுக்கு வரலாமா? கூடாதா?' ...

இப்படிச் சுவாரஸ்யமான தலைப்புகளில் ஏதேனும் ஒன்றை அவர்களே தேர்ந்தெடுத்துத் தருவார்கள், சில நிறுவனங்கள் அந்தப் பொறுப்பையும் நம்மிடமே ஒப்படைத்துவிடுகிறார்கள்.

தலைப்பு தேர்ந்தெடுக்கப்பட்டவுடன், நம்மை நாமே அறிமுகப்படுத்திக்கொள்ளவேண்டும். அதன்பிறகு, கொடுக்கப்பட்டிருக்கும் தலைப்பில் நம்முடைய கருத்தைச் சொல்லலாம், மற்றவர்களுடைய கருத்தை ஒட்டியும் வெட்டியும் பேசலாம்.

முக்கியமான விஷயம், இத்தனையும் ஆங்கிலத்தில் பேசவேண்டும். GD அறைக்குள் நுழைந்துவிட்டால், அதன்பிறகு, மூச்சுவிடுவது, இருமுவதெல்லாம்கூட ஆங்கிலத்தில்தான் இருக்கவேண்டும் என்று கல்லூரிகளில் வேடிக்கையாகச் சொல்வார்கள்.

இப்படி எல்லோரும் ஆங்கிலத்தில் விவாதம் செய்வதை, அதே அறையில் இருக்கும் நிபுணர் குழு ஒன்று உற்றுக் கவனித்துக் குறிப்புகள் எடுத்துக்கொண்டிருக்கும். யார் யார் எப்படிப் பேசுகிறார்கள் என்பதைப்பொறுத்து மதிப்பெண்கள் வழங்கப்படும்.

ஒவ்வொருவரும் எப்படிப் பேசுகிறார்கள், ஆங்கில மொழி அறிவு எப்படி, அவர்களுடைய கருத்தை யாரேனும்

எதிர்த்துப் பேசினால், அதை எப்படி உணர்ச்சிவசப்படாமல் எதிர்கொள்கிறார்கள், தங்கள் தரப்பு வாதங்களைத் தெளிவாகத் தொகுத்துச் சொல்கிறார்களா - இப்படிப் பல விஷயங்களைக் கவனித்து, அதன் அடிப்படையில் சிறந்தவர்களைத் தேர்வு செய்கிறார்கள்.

GD விவாதங்களின்மூலம், நம்முடைய (ஆங்கில) மொழி அறிவு, குரல் வளம், பொது அறிவு, தகவல்களைத் தொகுத்துச் சொல்லும் திறமை போன்ற பல விஷயங்கள் அலசப்படுகின்றன. இவை அனைத்திலும் சிறந்து விளங்குகிறவர்கள்தான் அடுத்த சுற்றுக்குச் செல்கிறார்கள்.

அப்படியானால், 'தமிழ் மீடியம்' மாணவர்கள், சுமாரான ஆங்கில அறிவு கொண்டவர்கள், இப்போதுதான் ஆங்கிலம் பேசக் கற்றுக்கொண்டிருக்கும் பட்லர் இங்க்லீஷ் பார்ட்டிகளுக்கெல்லாம் பெரிய நிறுவனங்களில் வேலை கிடைக்காதா?

ஒரேயடியாக அப்படிச் சொல்லிவிடமுடியாது. GD என்பது, சில நிறுவனங்களில்மட்டும் பின்பற்றப்படுகிற வழிமுறை. குறிப்பாக, சில குறிப்பிட்ட பொறுப்புகளில் உள்ளவர்கள், ஆங்கிலம்மட்டும் தெரிந்த வெளிநாட்டு வாடிக்கையாளர்களுடன் நேரடியாகப் பணியாற்றவேண்டியிருக்கும். அதுமாதிரியான பணிகளுக்கு ஆள்களைத் தேர்ந்தெடுக்கும்போது, அவர்களுடைய ஆங்கில அறிவைப் பரிசோதிப்பது அவசியமாகிறது.

மற்றபடி, பாதிக்குப் பாதி நிறுவனங்களில், தொழில்நுட்பப் பணிகளில் மொழி அறிவுக்கு அதிக முக்கியத்துவம் தரப்படுவதில்லை. அதேசமயம், நம்முடைய கருத்தைத் தயங்காமல், தடுமாறாமல் சொல்லும் அளவுக்கு ஆங்கிலம் பேசத் தெரிந்திருப்பது நல்லது.

பெரிய நிறுவனங்களைப் பொறுத்தவரை, நன்கு ஆங்கிலம் பேசத் தெரிந்தவர்களுக்குக் கூடுதல் பொறுப்புகளைத் தருவதற்குத் தயங்கமாட்டார்கள். காரணம், வெளிமாநில, வெளிநாட்டுச்

சூழல்களை இவர்களால் சுலபத்தில் சமாளிக்கமுடியும், தவிர, மேலிடங்களில் உள்ளவர்களிடம் இவர்கள் தங்களுடைய திறமைகளை நன்கு வெளிச்சம் போட்டுக் காட்டுவதற்கான வாய்ப்புகள் அதிகம். இதனால், இவர்களுக்கு அதிவேக வளர்ச்சி சாத்தியமாகிறது.

ஆக, நல்ல வேலை வாங்குவதற்குச் சுமாரான ‘இங்க்லீஷ்’ கூடப் போதும், ஆனால் அதன்பிறகு, நிறுவன ஏணிகளில் விரைவாக வளர்வதற்கு விரும்பினால், நம்முடைய ஆங்கில அறிவை நன்கு வளர்த்துக்கொள்வது பலனளிக்கும்.

சில நிறுவனங்களில், நாம் எப்படி ஆங்கிலம் பேசுகிறோம் என்பதைவிட, நாம் எப்படி விரைவாக, புத்திசாலித்தனமாக, வித்தியாசமாகச் சிந்திக்கிறோம் என்பதற்கு அதிக முக்கியத்துவம் தருகிறார்கள். இதற்காக, அவர்கள் நமக்குப் புதிர் போடுகிறார்கள்.

எடுத்துக்காட்டாக, ஒரு குழந்தை 2004ல் பிறந்தது, இன்னொரு குழந்தை 2006ல் பிறந்தது. ஆனால் இப்போது, இந்த இரண்டு குழந்தைகளுக்கும் ஒரே வயதுதான். அது எப்படி?

இப்படி விவகாரமாக ஏதேனும் ஒரு புதிரைச் சொல்லிவிட்டு, அதை அவிழ்ப்பதற்கு நாம் எவ்வளவு நேரம் எடுத்துக்கொள்கிறோம் என்று கணக்கிடுவார்கள், அந்தப் புதிருக்கு விடை கண்டுபிடிப்பதற்கு நாம் எப்படி, எந்தக் கோணத்தில் சிந்திக்கிறோம் என்பதையும் கவனிப்பார்கள்.

புதிர்ப் போட்டிக்கும் நம்முடைய வேலைக்கும் என்ன சம்பந்தம்?

சவாலான புதிர்களைச் சரியானபடி சிந்தித்து, விரைவாக விடுவிக்கிறவர்கள்தான் அதிபுத்திசாலிகள் என்று பெரும்பாலான நிறுவனங்கள் நம்புகின்றன. இந்தமாதிரி திறமையாளர்களால்தான், வாடிக்கையாளர்கள் கேட்கும் விஷயங்களைச் சரியாகப் புரிந்துகொண்டு, நேரத்தை வீணாக்காமல் சிறந்தமுறையில் செயல்படமுடியும் என்கிறார்கள் நிபுணர்கள்.

இதனால், பல உள்நாட்டு, வெளிநாட்டு நிறுவனங்கள்,

புதிர்களின்மூலம் தங்களுக்குத் தேவையான வல்லுனர்களை அடையாளம் காண்கிறார்கள். வேலை தேடிக்கொண்டிருக்கும் நம் ஊர் இளைஞர்கள் பலர், ஓய்வு நேரத்தில் புதிர்ப் புத்தகங்களுடன் அலைவதை நிறையவே பார்க்கமுடிகிறது!

ஆப்டிட்யூட், டெக்னிகல் தேர்வுகள், GD, புதிர்ப் போட்டிகள் என்று பல கட்டங்களைக் கடந்து, கடைசியாக நேர்முகத் தேர்வு (இன்டர்வ்யூ) அறைக்குள் நுழைகிறோம். இதுதான், நமது எதிர்காலத்தை நிச்சயமாக்கப்போகும் கடைசிச் சாவி!

அதற்குமுன்னால், ஒரு சந்தேகம்.

அந்த இன்டர்வ்யூ அறைக்குள் உட்கார்ந்திருக்கிறவர், நம்மிடம் என்ன எதிர்பார்க்கிறார்? கொஞ்சம் படிப்பு, முடிந்தால் கொஞ்சம் அனுபவம், இவைமட்டும் போதுமானதா? அல்லது வேறு ஏதேனும் தேவைப்படுமா?

11. மென் திறமைகள்

படித்தால்மட்டும் போதுமா? இன்றைக்குப் பலருடைய நெஞ்சத்தை உறுத்திக்கொண்டிருக்கிற கேள்வி இதுதான்!

நான் பிரமாதமாகப் படிக்கிறேன், ஒவ்வொரு தேர்விலும் எனக்குதான் முதல் மதிப்பெண், பள்ளி, கல்லூரி ஆண்டு விழாக்களில் நான் வாங்கியதுபோக மிச்சம் இருக்கும் பரிசுகள், பதக்கங்கள்தான் மற்றவர்களுக்கு, படித்த நேரம்போக கம்ப்யூட்டர் படிக்கிறேன், டைப்ரைட்டிங் படிக்கிறேன், சுருக்கெழுத்தை மடித்துப் பாக்கெட்டில் போட்டுக்கொண்டிருக்கிறேன், வெள்ளைக்காரனே பொறாமைப்படும் அளவுக்குப் பிரமாதமாக ஆங்கிலம் பேசுவேன்.

ஆனால், இத்தனைக்குப்பிறகும், எனக்கு ஒரு நல்ல வேலை கிடைக்கவில்லை. கிடைத்த வேலைகளும் நிலைப்பதில்லை.

என்னைவிடக் குறைவாக மதிப்பெண் வாங்கியவர்கள், என் கணிப்பில் அடிமுட்டாள்களாகத் தோன்றுகிறவர்களெல்லாம் பிரமாதமான சம்பளத்தில் செட்டிலாகிவிட்டார்கள். ஆனால் அவர்களையெல்லாம்விட உசத்தியான நான், தடுமாறிக்கொண்டிருக்கிறேன். என்ன காரணம்?

இந்தக் கேள்விக்கு எளிமையான பதில், 'படித்தால்மட்டும் போதாது' என்பதுதான்!

'ஏட்டுச் சுரைக்காய் கறிக்கு ஆகுமா?' என்று அந்தக் காலத்திலேயே நம் ஆள்கள் எழுதிவைத்துவிட்டார்கள். வெறும் படிப்பைமட்டும் அடிப்படையாக வைத்து ஒருவரை வேலைக்குத் தேர்ந்தெடுத்த காலமெல்லாம் போய்விட்டது, அப்படித் தேர்ந்தெடுத்த 'அதிபுத்திசாலி'களிடம் ஏதோ குறைகிறது என்பதை உணர்ந்த நிறுவனங்கள், தங்களிடம் வேலைக்கு விண்ணப்பிக்கிறவர்களிடம் இன்னும் பல குணங்களைத் தேடத் தொடங்கிவிட்டார்கள்.

என்னென்ன குணங்கள்?

ஒன்று, இரண்டு இல்லை, ஒரு பெரிய பட்டியலே இருக்கிறது. நம்முடைய படிப்புத் தகுதிக்குமேலே மதிக்கப்படும் இந்தக் குணங்களை, 'மென் திறமை'கள், ஆங்கிலத்தில் *'Soft Skills'* என்று அழைக்கிறார்கள்.

இந்த மென் திறமைகளில் சிலது நம் எல்லோரிடமும் இருக்கும், சிலதை நாமே வலியச் சென்று உருவாக்கிக்கொள்ளவேண்டும். சிலது நமக்குப் பொருந்தாது, அல்லது தேவைப்படாது.

ஆனால் ஒன்று, இந்தத் திறமைகள் கிடைக்கவேண்டுமென்றால், ஒருவர் டாக்டர், எஞ்சினியர், வழக்கறிஞர், முனைவர் என்று பெரிய படிப்புப் படித்தவராக இருக்கவேண்டிய அவசியம் இல்லை. சாதாரண சுப்பனுக்கும் குப்பனுக்கும்கூட இந்தத் திறமைகள் உண்டு.

ஆகவே, நாம் இவற்றை வேறு எங்கும் சென்று தேடவேண்டியதில்லை, நமக்குள்ளேயே இருக்கிறவற்றைக் கொஞ்சம் முனைந்து கூர் தீட்டிக்கொண்டால் போதும், வேலை தேடும்போது நிறுவனங்கள் நம்மிடம் எதிர்பார்க்கும் இந்தக் குணங்களைப் பளிச்சிட்டுக் காட்டிப் பலன் பெறலாம்.

அமெரிக்காவைச் சேர்ந்த *'The Smyth County Industry Council'*

என்ற அமைப்பு, இந்த மென் திறன்களைப்பற்றிச் சமீபத்தில் ஒரு விரிவான ஆய்வை நிகழ்த்தியிருக்கிறது. இதன் பலனாக, வேலை தேடுபவர்கள், கிடைத்த வேலையைப் பாதுகாத்துக்கொள்ள விரும்புகிறவர்களிடம் அவசியம் இருக்கவேண்டிய அறுபது *'Soft Skills'* பட்டியலை வெளியிட்டிருக்கிறார்கள். இந்தப் பட்டியலின் பெயர், *'The Workforce Profile'*.

இதைப்பற்றி விரிவாகப் பேசுமுன், முக்கியமான விஷயம், இங்கே சொல்லப்பட்டிருக்கும் திறமைகள் அத்தனையும் நமக்கு இருக்கவேண்டும் என்று அவசியமே கிடையாது, அப்படி நினைத்து உங்களை நீங்களே வதைத்துக்கொள்ளாதீர்கள். அப்படி எல்லா மே(மெ)ன்மைத் திறமைகளும் வாய்த்த ஒருவர் பூமியில் இருக்கமாட்டார், வானத்தில் கடவுளாகத்தான் இருப்பார்.

அதுமட்டுமில்லை, இந்தத் திறமைகளில் சிலது, எல்லாருக்கும் தேவையில்லை, சில குறிப்பிட்ட வேலைகளில் சேர்கிறவர்களுக்குதான் அந்தத் திறமை அவசியப்படுகிறது, மற்றவர்கள் அதை ஜாலியாக சாய்ஸில் விடலாம்!

ஆனால் அதேசமயம், ஒரு தேர்வில் எத்தனை கேள்விகளுக்கு சரியாக பதில் எழுதுகிறோமோ, அந்த அளவு நமக்கு அதிக மதிப்பெண் கிடைக்கும். அதுபோல, இந்தத் திறமைகளில் எத்தனை நம்மிடம் இருக்கிறதோ, அந்த அளவுக்கு நமக்கு வேலை மார்க்கெட்டில் மரியாதை கூடும்.

ஆகவே, இந்தப் பட்டியலில் உள்ள ஒவ்வொரு திறமையைப்பற்றியும் வாசித்து, அது நம்மிடம் இருக்கிறதா, இல்லையா, ஒருவேளை இல்லை என்றால், அல்லது போதாவிட்டால், அதனை எப்படி வளர்த்துக்கொள்வது என்று யோசியுங்கள், அதற்கும் தேவையான குறிப்புகள் இங்கே தரப்பட்டிருக்கின்றன.

'The Workforce Profile' பட்டியலில் உள்ள சில திறமைகள், கிட்டத்தட்ட ஒரேமாதிரியாகத் தென்படுகின்றன, அவற்றையும்

உங்கள் புரிதலுக்காக முறைப்படி தொகுத்துத் தந்திருக்கிறோம்.

பள்ளி, கல்லூரிப் படிப்புடன், இந்த மென் திறமைகளையும் போதுமான அளவு வளர்த்துக்கொண்டுவிட்டால், நீங்கள்தான் ராஜா, உங்களை அடித்துக்கொள்ள ஆளே இருக்கமாட்டார்கள்!

1. கணித அறிவு (Mathematics)

சிலர், 'எனக்குக் கணக்கே வராதுங்க சார்' என்று சொல்வார்கள். ஆனால், இது உண்மையாக இருக்க வாய்ப்பு இல்லை. நிஜ வாழ்க்கையில் நீங்களும் நானும் ஏகப்பட்ட கணக்குகளைத் தொடர்ந்து போட்டுக்கொண்டிருக்கிறோம். அதன் அடிப்படையில்தான் நம்முடைய பல தினசரி நடவடிக்கைகள் நிகழ்கின்றன.

எடுத்துக்காட்டாக, நண்பகல் நேரம், பிஸியான ரோட்டைக் கடந்து அந்தப் பக்கம் போகவேண்டும். என்ன செய்வோம்?

முதலில், சாலையின் இருபுறமும் நோட்டமிட்டு எந்தத் திசையில் எத்தனை வண்டிகள் வருகின்றன, எவ்வளவு தூரத்தில் வருகின்றன என்று பார்த்துக்கொள்வோம், அதன்பிறகு, அந்த வண்டிகள் இங்கே நாம் நிற்கும் இடத்துக்கு வந்து சேர எத்தனை நேரமாகும் என்று ஒரு சின்ன மனக் கணக்குப் போட்டு, அதற்குள் நம்மால் சாலையைக் கடந்துவிடமுடியுமா என்று கணக்கிடுகிறோம், அதன்பிறகு, சட்டென்று ஓடி ரோட்டைத் தாண்டிவிடுகிறோம்.

இத்தனையும், சில விநாடிகளுக்குள் நடந்து முடிந்துவிடுகிறது. ஆகவே, நாம் அதன் முக்கியத்துவத்தைப் பெரும்பாலும் உணர்வதில்லை. அதேசமயம், இந்த அடிப்படைக் கணித அறிவுகூட இல்லாவிட்டால், நம்மால் சாலையை என்றைக்கும் கடக்கமுடியாது, அங்கேயே நின்றபடி யோசித்துக்கொண்டிருப்போம், அல்லது திடுதிப்பென்று குறுக்கே ஓடி, 'சாவு கிராக்கி', 'வூட்ல சொல்லிட்டு வந்துட்டியா?' என்பதுபோன்ற உன்னதப் பட்டங்களை வாங்கிக்கொள்வோம்.

இதற்கு இன்னோர் எடுத்துக்காட்டு, நம் வீட்டுச் சமையலறையில் இருக்கிறது. பொதுவாக, வீட்டில் இரண்டு அல்லது மூன்று பேருக்குச் சமைக்கிற ஒருவர், எந்தப் பொருளை எவ்வளவு பயன்படுத்தவேண்டும் என்று ஒரு கணக்கு + செய்முறை வைத்திருக்கிறார்.

திடீரென்று வீட்டில் ஒரு விசேஷம். ஏழெட்டுப் பேர் புதிதாக வந்துவிடுகிறார்கள். உடனே, அந்த இல்லத்தரசி என்ன செய்கிறார்? அதே செய்முறையைப் பலருக்கு ஏற்றபடி மாற்றுகிறார், அதற்கேற்ப பொருள்களின் கணக்கையும் அதிகரித்துச் சமையலை முடிக்கிறார்.

ஆனால், இந்தச் சாதாரணமான கணக்குகூட எல்லோருக்கும் வந்துவிடாது. சிலர் சாப்பாட்டில் உப்பைக் கொட்டிக் கரிக்கவைத்துவிடுவார்கள். அல்லது காரத்தை அதிகம் போட்டுக் கண்ணில் நீர் வரவழைப்பார்கள்.

சாப்பாட்டில் தப்புக் கணக்குப் போட்டால் ஏதாவது செய்து சமாளித்துவிடலாம், அல்லது பக்கத்தில் இருக்கும் ஹோட்டலுக்குச் சென்று சாப்பிட்டுக்கொள்ளலாம். வேலையில் அப்படிச் செய்தால், அதன் பின்விளைவுகள், இழப்புகள் அதிகமாக இருக்கும்.

அதனால்தான், எல்லாத் துறைகளைச் சேர்ந்த பெரும்பாலான நிறுவனங்கள் தங்களுடைய ஊழியர்களிடம் அடிப்படைக் கணித அறிவை எதிர்பார்க்கின்றன. அதிகம் வேண்டாம், முப்பத்திரண்டும் நாற்பத்தேழும் எழுபத்தொன்பது என்பதுபோல் மனக் கணக்குப் போட்டுச் சமாளிக்கத் தெரிந்தாலே போதும்.

இந்தியாவின் புகழ் பெற்ற கணித மேதை சகுந்தலா தேவி, கடைக்கு ஏதோ பொருள்களை வாங்கச் சென்றிருந்தார். ஒரு பொருளின் விலை, பன்னிரண்டு ரூபாய், இன்னொரு பொருள் நாற்பத்தைந்து ரூபாய். இவற்றைக் கூட்டி மொத்தத் தொகை சொல்வதற்காக, அந்தக் கடைக்காரர் ஒரு கால்குலேட்டரைக் கையில் எடுத்திருக்கிறார்.

அவ்வளவுதான், சகுந்தலா தேவிக்குக் கோபம் வந்துவிட்டது, பளார் என்று அந்த ஆள் முகத்தில் ஓர் அறை விட்டார், ‘என்னய்யா நீ? இந்தச் சின்னக் கணக்குக்குப் போய் கால்குலேட்டரை எதிர்பார்க்கிறியே’ என்று பொரிந்து தள்ளிவிட்டார்.

அப்போதிலிருந்து, அந்தக் கடைக்காரர் சகுந்தலா தேவியைப் பார்த்தாலே பயந்து நடுங்குவார். அந்த நடுக்கத்திலேயே, அவர் எல்லாக் கணக்குகளையும் மனத்துக்குள்ளாகவே போட்டுப் பார்க்கப் பழகிவிட்டார்.

ஒரு சாதாரண கடைக்காரருக்கே இப்படியென்றால், பெரிய வேலைகளுக்கு விண்ணப்பம் செய்கிற நம்மிடமும் இந்த அடிப்படைக் கணித அறிவு இருக்கவேண்டும் என்று நிறுவனங்கள் எதிர்பார்ப்பதில் தப்பே இல்லை!

ஆகவே, ‘எனக்குக் கணக்கு வராது’ என்கிற பேச்சை இனிமேல் நிறுத்திவிடுங்கள். கணித அறிவை மேம்படுத்திக்கொள்வதற்குப் பல பயிற்சிகள், புத்தகங்கள் இருக்கின்றன. கணித மேதை சகுந்தலா தேவியே இதுகுறித்துப் பல புத்தகங்களை எழுதியிருக்கிறார், ‘விளையாட்டுக் கணிதம்’ என்ற பெயரில் ஓர் அற்புதமான ரஷ்ய நூல் தமிழிலும் கிடைக்கிறது.

இதுபோன்ற நல்ல நூல்களைத் தேடிப் பிடியுங்கள், அவற்றில் உள்ள பயிற்சிகளைக் கொஞ்சம் கொஞ்சமாக முயன்று பாருங்கள், கணக்கு நிச்சயம் வசப்படும்!

2. பாதுகாப்பு உணர்வு (Safety)

ஒரு ரோட்டில், பெரிதாக போர்ட் எழுதிவைத்தார்கள், ‘விபத்துப் பகுதி, ஜாக்கிரதை’

அந்த போர்டைப் பார்த்த எல்லோரும், மெதுவாக வண்டி ஓட்டினார்கள், ஆகவே அடுத்த சில மாதங்களுக்கு அங்கே எந்த விபத்தும் நடக்கவில்லை.

ஒரு வருடம் கழித்து, அந்த போர்டைக் காணோம். விசாரித்தபோது, கூலாக பதில் வந்தது, 'போர்ட் எழுதிவெச்சு என்ன புண்ணியம்? ஒரு விபத்துகூட நடக்கலை, அதான் போர்டைத் தூக்கிட்டோம்'

என்ன அசட்டுத்தனம் இது? போர்ட் இருந்த காரணத்தால்தான் விபத்து நடக்கவில்லை. அதற்காக போர்டே தேவையில்லை என்று முடிவு செய்யமுடியுமா?

சாலையில்மட்டுமல்ல, வீட்டில், அலுவலகத்தில், தொழிற்சாலையில், எந்த ஒரு தொழிலிலும், சின்னச் சின்ன ஆபத்துகள் நிச்சயமாக இருக்கும். அவற்றைப் புரிந்துகொண்டு தவிர்ப்பதற்கு ஒரு சின்ன மனப் பயிற்சி தேவைப்படுகிறது.

எடுத்துக்காட்டாக, கட்டட வேலைகளில் ஈடுபடுகிறவர்கள், தலையில் ஒரு கனமான இரும்புத் தொப்பி போட்டுக்கொண்டிருப்பார்கள். காரணம், எப்போதாவது மேலேயிருந்து ஒரு செங்கல்லோ, கம்பியோ தவறி விழலாம், அப்போது அது நம் தலையைத் தாக்கி மண்டை உடைந்துவிடக்கூடாதில்லையா? அதற்காகத்தான் அந்த இரும்புத் தொப்பிக் கவசம்.

சிலருக்கு, இப்படித் தொப்பி போட்டுக்கொண்டு வேலை செய்வது பிடிக்காது. 'என்ன பெரிசா ஆகிடப்போகுது?' என்று அலட்சியமாக அப்படியே உலவுவார்கள்.

அவர்கள் நினைப்பதும், ஒருவிதத்தில் சரிதான். மேலேயிருந்து ஒரு செங்கல் தவறி விழுந்து, அது சரியாக நம் தலையைத் தாக்குவதற்கு சான்ஸ் மிக மிகக் குறைவு. அதற்கு ஏன் அநாவசியமாகத் தினமும் தொப்பி போடவேண்டும்?

ஆனால், இதையே வேறுவிதமாக யோசித்துப் பாருங்கள், என்றாவது ஒருநாள், ஒருவேளை நிஜமாகவே அப்படி ஏதாவது விழுந்து, நம் மண்டையைத் தாக்கிவிட்டால்? போன உயிர் திரும்பக் கிடைக்குமா?

இந்தப் பாதுகாப்பு உணர்வு எல்லாத் தொழில்களிலும் முக்கியம். அனைத்து அலுவலகங்களிலும் செங்கல் தவறி விழப்போவதில்லை. ஆனால், இதேபோன்ற ஆபத்துகள் எங்கும் இருக்கும். அதைக் கவனித்துத் தவிர்க்கும் மனப்பான்மை தங்களுடைய ஊழியர்களுக்கு இருக்கவேண்டும் என நிறுவனங்கள் எதிர்பார்க்கின்றன.

ஒரு பெரிய வங்கியை எடுத்துக்கொள்ளுங்கள். அங்கே வேலை செய்கிறவர்களிடம் சென்று, 'இப்போது இந்தக் கட்டடத்தில் தீப் பிடித்தால் என்ன செய்வீர்கள்?' என்று கேட்டுப் பாருங்கள்.

நூற்றுக்குத் தொண்ணூறு பேர் திருதிரு என்று விழிப்பார்கள். காரணம், அப்படி ஒரு விஷயம் நடக்கும் என்றுகூட அவர்கள் எதிர்பார்த்திருக்கமாட்டார்கள். ஆகவே, தீயணைக்கும் கருவி எங்கே இருக்கிறது, அலாரம் எங்கே இருக்கிறது, பக்கத்திலிருக்கும் தீயணைப்பு நிலையத்தின் தொலைபேசி எண் என்ன, எதுவும் அவர்களுக்குத் தெரிந்திருக்காது.

ஆண்டவன் அருளில், அப்படி எந்த விபரீதமும் நிகழாமல் இருக்கட்டும். ஆனால் ஒருவேளை, நிகழ்ந்துவிட்டால்? 'கடவுளை நம்புங்கள், ஆனால் உங்கள் வீட்டைப் பூட்டி வையுங்கள்' என்று ஒரு வாசகம் உண்டு, அதுபோல, நாமும் பாதுகாப்பு விஷயங்களில் கவனமாக இருக்கவேண்டும்.

அடிப்படையிலேயே ஒரு ஜாக்கிரதை உணர்வு எல்லோருக்கும் தேவை. அதை மறந்துவிட்டால், பிரச்னை வரும்போது நிச்சயமாக மாட்டிக்கொண்டு தத்தளிப்போம், கவனம்!

3. நாகரிகம், மரியாதை உணர்வு (Courtesy)

நீங்கள் இரண்டு நிறுவனங்களில் வேலைக்கு விண்ணப்பம் செய்கிறீர்கள். இருவரும் உங்களை நேர்முகத் தேர்வுக்கு அழைக்கிறார்கள்.

திங்கள்கிழமை ஒரு நிறுவனத்தில் இன்டர்வ்யூ, செவ்வாய்க்கிழமை இன்னொரு நிறுவனத்தில் இன்டர்வ்யூ, இரண்டிலும் நீங்கள்

பிரமாதமாகக் கலக்கிவிடுகிறீர்கள். இருவரும் உங்களுக்கு வேலை தருவதாக ஒப்புக்கொள்கிறார்கள், கையோடு அப்பாயிண்ட்மென்ட் லெட்டரையும் கொடுத்துவிடுகிறார்கள்.

உடனே, நீங்கள் என்ன செய்வீர்கள்? இரண்டு நிறுவனங்களின் தன்மை, அதில் நாம் செய்யப்போகும் வேலை எப்படிப்பட்டது, என்ன சம்பளம், வளர்ச்சிக்கான வாய்ப்புகள் எங்கே அதிகம் என்றெல்லாம் யோசித்து, அவற்றில் ஒன்றைத் தேர்ந்தெடுப்பீர்கள். அந்த நிறுவனத்தில் சேர்வதாக முடிவெடுப்பீர்கள்.

அதுசரி, அப்படியென்றால், உங்களுக்கு வேலை தருவதாக ஒப்புக்கொண்ட அந்த இன்னொரு நிறுவனம்?

'அதைப்பற்றி எனக்கு என்ன அக்கறை? நான்தான் இந்த நிறுவனத்தில் சேரப்போகிறேனே' என்று சொல்கிறீர்களா? கொஞ்சம் யோசியுங்கள், நாளைக்கே இங்கு ஏதேனும் ஒரு பிரச்னை வந்தால், என்ன செய்வீர்கள்? நீங்கள் அந்த இன்னொரு நிறுவனத்தில் மீண்டும் வேலைக்கு விண்ணப்பம் செய்யமுடியுமா?

ம்ஹூம், சான்ஸே இல்லை. போன மாதம்தான் அவர்கள் உங்களுக்கு அப்பாயிண்ட்மென்ட் ஆர்டர் கொடுத்திருக்கிறார்கள். ஆனால் நீங்கள், வேலைக்கும் சேரவில்லை, அதுபற்றித் தகவலும் சொல்லவில்லை, சட்டென்று காணாமல் போய்விட்டீர்கள், உங்களை எப்படி அவர்கள் மறுபடி வேலைக்குச் சேர்த்துக்கொள்வார்கள்?

ஆங்கிலத்தில் இதனை *'Courtesy'* என்று சொல்கிறார்கள். ஓர் அடிப்படை நாகரிகம், சக மனிதர்களுக்கு, நிறுவனங்களுக்குத் தருகிற மரியாதை. இந்தக் குணம், நம்முடைய ஒவ்வொரு நடவடிக்கையிலும் எதிர்பார்க்கவேண்டும் என்று நிறுவனங்கள் எதிர்பார்க்கின்றன.

சிலர், ஒரே அலுவலகத்தில் அருகருகே உட்கார்ந்து வேலை பார்த்துக்கொண்டிருப்பார்கள். ஆனால், ஒரு வேலை முடிந்துவிட்டது என்றால், 'ஆச்சுப்பா' என்று கூப்பிட்டுத்

தகவல் சொல்லமாட்டார்கள். அவர்களாகவே மெனக்கெட்டு வந்து கேட்டால்தான் சொல்வார்கள்.

இதுபோன்ற நடவடிக்கைகளின்மூலம், மனித உறவுகளுக்கிடையே விரிசல் ஏற்படுவது ஒருபக்கம், அலுவலகத்தின் வேலைகளும் கெட்டுப்போகின்றன, பணிச் சூழலும் பாதிக்கப்படுகிறது.

அதுமட்டுமில்லை, நல்ல நாகரிக உணர்வு கொண்ட, சக ஊழியர்களிடம் மரியாதையுடன் பழகுகிறவர்கள் ஒன்றாக இணைந்து பணியாற்றும்போது, அந்தக் குழுவில் அநாவசியப் பிரச்னைகள், நீ, நான் போட்டிகள் தலைகாட்டுவதில்லை, எல்லோரும் ஒருமித்த சிந்தனையுடன் வேலை செய்து வெற்றி இலக்கைத் தொடுகிறார்கள்.

இதனால்தான், பெரும்பாலான நிறுவனங்கள் நேர்முகத் தேர்வின்போதே நம்முடைய ஒவ்வொரு நடவடிக்கையையும் கூர்ந்து கவனிக்கிறார்கள். அதில் தென்படுகிற நாகரிகம், மரியாதை உணர்வு போன்றவை, நமக்கு எக்ஸ்ட்ரா போனஸ் மதிப்பெண்களைப் பெற்றுத்தருகின்றன.

4. நேர்மை (Honesty)

26. தனிப்பட்ட நாணயம் (Personal Integrity)

பாரதரத்னா ஏ பி ஜெ அப்துல் கலாம் அவர்கள், இந்தியாவின் ஜனாதிபதியாக இருந்தபோது, அவரைப் பார்ப்பதற்காக அவருடைய சொந்த கிராமத்திலிருந்து சில நண்பர்கள், உறவினர்கள் வந்திருந்தார்கள். அவர்களை வரவேற்று உபசரித்தார் அப்துல் கலாம்.

இந்தியாவின் தென்கோடியிலிருந்து வந்திருந்த அவர்களுக்கு ஓர் ஆசை, 'கலாம், நாங்கள் டெல்லி மாநகரைச் சுற்றிப்பார்க்க விரும்புகிறோம்' என்றார்கள். அவரும் மகிழ்ச்சியாகச் சம்மதித்தார்.

ஜனாதிபதி மாளிகையில், கார்களுக்கா குறைச்சல்? அப்துல் கலாமின் தோழர்கள் எல்லாரும் அந்த கார்களில்

ஏறி டெல்லியைச் சுற்றிவரலாம் என்று நினைத்துக் கொண்டிருக்கக்கூடும்.

ஆனால் அரசாங்க கார்களை இப்படித் தனிப்பட்ட வேலைகளுக்குப் பயன்படுத்துவதை அப்துல் கலாம் ஒருபோதும் விரும்பமாட்டார். உங்களுக்கு நான் தனியாக ஒரு பஸ்ஸுக்கு ஏற்பாடு செய்திருக்கிறேன்' என்றார் அவர்.

அந்தப் பேருந்துக்கான கட்டணத்தில் தொடங்கி, தனது நண்பர்கள், உறவினர்கள் ஒரு வாரம் டெல்லியில் தங்கிச் சாப்பிட்டதற்கான செலவு மொத்தத்தையும், தன்னுடைய தனிப்பட்ட கணக்கில் இருந்து செலுத்திவிட்டார் அப்துல் கலாம். எதற்கும் அவர் அரசாங்கப் பணத்தைத் தவறாகப் பயன்படுத்தவில்லை.

'இந்தக் காலத்தில யார் சார் அப்படி நேர்மையா இருக்காங்க?' என்று நாம் எல்லோருமே சொல்கிறோம், ஊர்ச் சொத்தைச் சுருட்டி ஏப்பம் விடுகிறவர்களைக் கொஞ்சம் வேதனை, மிச்சம் பொறாமையுடன் பார்க்கிறோம். ஆனால், நம்முடைய தனிப்பட்ட விஷயம் என்று வரும்போது, எத்தனை பேர் நேர்மை, நாணயத்துடன் நடந்துகொள்கிறோம்?

யோசித்துப்பாருங்கள், அலுவலக நேரத்தில் ஆனந்த விகடன் படிப்பதில் தொடங்கி, நம்முடைய தினசரி வாழ்க்கையில் எத்தனை நேர்மையற்ற செயல்கள், ஆஃபீஸ் பேப்பரை வீட்டு உபயோகத்துக்குக் கொண்டுவருவது, எங்கேனும் அலுவலக விஷயமாக வெளியே சென்றால், பத்து ரூபாய் பஸ்ஸுக்குச் செலவழித்துவிட்டு டாக்ஸியில் சென்றேன் என்று பொய் சொல்லி ஆயிரம் ரூபாய் வாங்குவது, இன்னும் ஏகப்பட்ட எடுத்துக்காட்டுகளைச் சொல்லிக்கொண்டே போகலாம்.

இப்படி ஓர் அலுவலகத்தில் இருக்கும் அத்தனை பேரும், பொய் பேசிக் காசைச் சுருட்ட ஆரம்பித்தால், அவ்வளவுதான். எத்தனை பெரிய நிறுவனமும் சிறிது காலத்துக்குள் சுருண்டு படுத்துவிடும்.

நேர்மை என்பது, யாரோ சொல்லித்தந்து நமக்குள் வருகிற விஷயம் அல்ல. இலக்கியங்களில் சொல்வதுபோல், அது ரத்தத்திலேயே ஊறியிருக்கவேண்டும். இல்லையென்றால், ஒரு சின்னச் சந்தர்ப்பம் கிடைத்தாலும் போதும், தப்பு செய்யத் தயாராகிவிடுவோம்.

பலர், வேலை தேடும்போதே தங்களுடைய நேர்மையற்ற தன்மையைக் காட்டிவிடுகிறார்கள். பொய்யான மதிப்பெண்களைச் சொல்வது, இல்லாத அனுபவத்தை இட்டுக்கட்டி எழுதுவது, கல்லூரியில் நான் அதைச் செய்தேன், இதைச் செய்தேன் என்று கதையளப்பது என்று பலருடைய 'பயோடேட்டா'க்களில், உண்மையைவிட அதிகமாகப் பொய்தான் இடம் பிடித்திருக்கிறது.

இதுபோன்ற பொய்கள், நமக்கு இன்றைக்குப் பலன் தரலாம். நாம் எதிர்பார்த்த வேலை கிடைத்துவிடலாம். ஆனால், என்றைக்கேனும் உண்மை தெரியவரும்போது, அதன் பலன்கள் கடுமையாக இருக்கும்.

ஒருவர் என்னதான் திறமைசாலியாக இருந்தாலும் சரி, நேர்மையற்ற நடவடிக்கைகளின்மூலம் வேலையில் சேர்ந்திருந்தால், அந்த விஷயம் தெரியவந்த மறுவிநாடி அவரை டிஸ்மிஸ் செய்துவிடுவதுதான் நிறுவனங்களின் வழக்கம். ஏனெனில், இன்றைக்கு வேலைக்காகப் பொய் சொல்கிற ஒருவர், நாளைக்கு நம் நிறுவனத்தின் ரகசியங்களை இன்னொருவரிடம் விற்கமாட்டார் என்பது என்ன நிச்சயம்?

ஒரு குடம் பாலில், துளி விஷம் கலந்துவிட்டாலும்கூட, அந்தப் பால் மொத்தமும் கெட்டுவிடுகிறது. அதுபோல, வேலை தேடும்போதும் சரி, வேலையில் சேர்ந்தபிறகும் சரி, வாழ்கிற ஒவ்வொரு விநாடியும் நேர்மையைத் தவறவிடாமல் இருப்பது, நம் மனசாட்சிக்கு நல்லது!

5. இலக்கண அறிவு (Grammar)

41. அடிப்படை மொழி அறிவு, இலக்கண அறிவு (Basic Spelling And Grammar)

சென்ற வாரம், எங்கள் நிறுவனத்தில் ஒருவர் வேலைக்கு விண்ணப்பம் செய்திருந்தார். அவருடைய விண்ணப்பத்தைக் கையில் எடுத்துப் பார்த்தவுடனேயே, எனக்குச் சிரிப்பு வந்துவிட்டது.

காரணம், வெறும் ஒன்றரைப் பக்க அளவு கொண்ட அந்த விண்ணப்பத்தில், குறைந்தது இருபது எழுத்துப் பிழைகள், பத்துக்குக் குறையாத இலக்கணப் பிழைகள்.

இந்த விண்ணப்பத்தைப் பார்க்கிற ஒருவர், என்ன நினைப்பார்? 'சேர்ந்தாற்போல் நான்கு வாக்கியம் ஒழுங்காக எழுதத் தெரியவில்லை, இவனெல்லாம் வேலை கேட்க வந்துட்டான்' என்றுதானே? நாம் செய்யப்போகும் வேலைக்கும், எழுத்துக்கும் எந்தச் சம்பந்தமும் இல்லாமல் இருக்கலாம். ஆனால் அதற்காக, அடிப்படை மொழி அறிவு என்பது ஒரு மனிதனின் அவசியத் தேவை இல்லையா?

எந்த ஒரு நிறுவனமும், தன்னிடம் வேலைக்குச் சேர்கிறவர்கள் நன்கு எழுதப் பேசத் தெரிந்தவர்களாக இருக்கவேண்டும் என்றுதான் எதிர்பார்ப்பார்கள். நாளைக்கே அந்த நிறுவனத்தின் பிரதிநிதியாக நான்கு இடங்களுக்குச் சென்று வேலைபார்க்கவேண்டியவர்கள், 'ஐ ஈஸ் வாஸ்' என்று தட்டுத்தடுமாறினால், 'பலூன்'க்கு ஸ்பெல்லிங் தெரியாமல் திணறினால், யாருக்கு அசிங்கம்?

இந்த விஷயத்தில் நான் வெட்கப்படவேண்டிய அவசியமே இல்லை. ஆங்கிலம் நம் எல்லோருக்கும் அன்னிய மொழிதான். இன்றைக்குப் பிரமாதமாக இங்க்லீஷில் பிளந்து வாங்குகிறவர்கள் எல்லாம், ஒருகாலத்தில் சப்ஜெக்ட் - ஆப்ஜெக்ட் என்று இலக்கண அடிப்படைகளைப் படித்துப் புரிந்துகொண்டு படிப்படியாக மேலேறி வந்தவர்கள்தான்.

நாம் நினைவில் வைக்கவேண்டிய ஒரு முக்கியமான விஷயம், நமக்கு ஷேக்ஸ்பியர் ஆங்கிலம் தேவையில்லை, 'எளிமையான, ஆனால் சரியான' ஆங்கிலம் போதும். அதற்கு நாம் ஆங்கில அகராதியைக் கரைத்துக் குடிக்கவேண்டியதில்லை, நூறு,

இருநூறு, மிஞ்சிப்போனால் முன்னூறு வார்த்தைகள், அவற்றைமட்டும் சரியாகத் தெரிந்துகொண்டு ஒழுங்காக வாக்கியம் அமைக்கப் பழகிவிட்டால் போதும், பெரும்பாலான சந்தர்ப்பங்களைச் சமாளித்துவிடலாம்.

இதற்காக, நாம் தனியே ஒரு பள்ளிக்கோ, பயிற்சி வகுப்புகளுக்கோ சென்று படிக்கவேண்டும் என்பதுகூட அவசியம் இல்லை. எளிய ஆங்கிலத்தில் எழுதப்பட்ட எண்ணற்ற நூல்கள் இருக்கின்றன, பத்திரிகைகள், செய்தித்தாள்கள் என்று இலக்கணசுத்தமான ஆங்கிலம் எங்கும் இருக்கிறது. அதை வாசித்து, வாக்கிய அமைப்பின் அடிப்படையைப் புரிந்துகொண்டுவிட்டால், அதேபோல் நாமும் புதிய வாக்கியங்களை எழுதிப் பார்க்கலாம், பட்லர் இங்க்லீஷில் பேசிப் பயிற்சி செய்தால் இன்னும் நல்லது.

அக்கம்பக்கத்தில் யாரேனும் நன்கு ஆங்கிலம் தெரிந்தவர்கள் இருந்தால், விடாதீர்கள். அவர்களை விரட்டிப்பிடித்துச் சந்தேகம் கேளுங்கள், உங்களுடைய வாக்கியங்களைக் காண்பித்துச் சரிபார்க்கச் சொல்லுங்கள்.

ஆரம்பத்தில் எதுவுமே ‘சரி’யாக இருக்காது, எல்லாமே ‘தப்பு’த் தப்பாகத்தான் தென்படும். அவற்றைப் படிக்கிறவர்கள், மேலே நான் சொன்னதுபோல் விழுந்து விழுந்து சிரிப்பார்கள், ‘உனக்கு ஏன் இந்த வேண்டாத வேலை’ என்று கிண்டலடித்துக் கேலி செய்வார்கள்.

அதற்கெல்லாம் பயந்துவிடாதீர்கள். ‘என் வாக்கியத்தில் பிழையா?’ என்று பொங்கி எழாமல், ‘என்ன தப்புன்னு சொல்லுங்க, கத்துக்கறேன்’ என்று சொல்லுங்கள். ஒரு முறை செய்த தவறு, இன்னொருமுறை வராமல் பார்த்துக்கொண்டாலே போதும், ஆங்கிலம்மட்டுமல்ல, எந்த பாஷையும் நமக்கு வசப்பட்டுவிடும்.

6. நம்பகத்தன்மை (Reliability)

17. Dependability

‘டேய் பையா, கடைக்குப் போய் அரை கிலோ கடலைப்பருப்பு வாங்கிட்டு வா’ என்கிறார் அம்மா.

அந்தப் பையன் பதில் சொல்வதற்குள், அவனுடைய அப்பா குறுக்கே புகுந்து அந்தக் காசை வாங்கிக்கொண்டுவிடுகிறார், 'ஏம்மா, உனக்கு அறிவே கிடையாதா? இவனைப்போய் கடைக்கு அனுப்பறியே?'

'ஏங்க, சும்மாதானே இருக்கான், கொஞ்சம் கடைக்குப் போய்ட்டு வந்தா குறைஞ்சா போயிடுவான்?'

'அதில்லம்மா, இவன் கையில காசு கொடுத்து அனுப்பினா, எங்கயாவது பராக்குப் பார்த்துக்கிட்டு நின்னுடுவான், அப்புறம் இவனைத் தேடி நாலு ஆளை அனுப்பணும், அதுக்கு நாமே பொடி நடையாப் போய் வேண்டியதை வாங்கிட்டு வந்துடலாம்.'

அப்பா இப்படிச் சொன்னதும், அந்தப் பையனுக்குக் கோபம், ஒரு சாதாரணக் கடலைப் பருப்பு, அதை வாங்குவதற்கு எனக்குத் தெரியாதா?

நன்றாகத் தெரியும். ஆனால், இப்படிச் சென்றமுறை அந்தப் பையனைக் கடைக்கு அனுப்பியபோது, இப்படித்தான் புதுப்பட போஸ்டரைப் பார்த்துக்கொண்டு நின்றான், இன்னொருமுறை, போன வேலையை மறந்து பார்க்குக்கு விளையாடச் சென்றுவிட்டான்.

ஆக, என்னதான் திறமையுள்ள பையனாக இருந்தாலும், கொடுத்த வேலையை ஒழுங்காகச் செய்யவேண்டும், அதை மறந்து வேறு எங்காவது கவனம் செலுத்திக்கொண்டிருந்தால், 'Reliability', அதாவது நம்பகத்தன்மை போய்விடும். அதன்பிறகு, எல்லோரும் அவனைக் கொஞ்சம் சந்தேகமாகவேதான் பார்ப்பார்கள், அவனை நம்பி யாரும் எந்த வேலையையும் ஒப்படைக்கமாட்டார்கள்.

'Dependability' என்றும் அழைக்கப்படுகிற இந்த நம்பகத்தன்மை, எல்லோருக்கும் பொதுவானது. ஒரு சமையல்காரரை எடுத்துக்கொண்டால், அவர் எப்போதும் தரமாக, சுவையாகச் சமைக்கவேண்டும், ஒரு திரைப்பட இசையமைப்பாளர் என்றால், பாட சுகமான பாடல்களைக் கொடுத்துக்கொண்டே

இருக்கவேண்டும், அலுவலக க்ளர்க் என்றால், கொடுத்த வேலையைப் பிழையில்லாமல் உரிய நேரத்தில் முடிக்கவேண்டும்.

இதெல்லாம், ஒருமுறை, இருமுறை அல்ல, ஒவ்வொருமுறையும் தொடர்ந்து செய்யவேண்டும், அதுதான் நம்பகத்தன்மை. ஒருமுறை தவறினாலும், பெயர் கெட்டுப்போய்விடும், அடுத்தமுறை பழைய நம்பிக்கை இருக்காது.

வேலை தேடுகிறவர்கள், தங்களுடைய நம்பகத்தன்மையை வளர்த்துக்கொள்ளவேண்டியது மிக அவசியம். இந்தப் பையனிடம் எந்தப் பணியைக் கொடுத்தாலும், அதன்பிறகு நாம் அதைப்பற்றிக் கவலைப்படவேண்டியதில்லை, எல்லாம் அவனே பார்த்துக்கொள்வான்' என்று மேலதிகாரிகள் உறுதியாக நினைக்கவேண்டும். அதுதான் நம்முடைய வளர்ச்சிக்கான முதல் படி.

ஆனால், இந்த நம்பிக்கையை அவர்கள்மத்தியில் உண்டாக்கிவிட்டால்மட்டும் போதாது, அதை என்றும் சீர் குலையாமல் பராமரிக்கவும் வேண்டும். அப்போதுதான், நாளாக நாளாக அவர்கள் நம்மீது வைத்திருக்கும் நம்பகத்தன்மையின் ஆழம், தீவிரம் அதிகரிக்கும்!

7. வளைந்து கொடுக்கும் தன்மை (Flexibility)

தாமஸ் ஆல்வா எடிசன், மிகப் பெரிய விஞ்ஞானியாக உருவாகுமுன், தந்தி அனுப்பும் பணியில் ஈடுபட்டிருந்தார். அதேசமயம், தந்தி இயந்திரம் எப்படிச் செயல்படுகிறது என்கிற நுணுக்கத்தையும் ஆராய்ந்து படித்துக்கொண்டிருந்தார்.

அப்போது அவருடைய அலுவலகத்தில் எலித் தொந்தரவு அதிகம், 'ஐயா எடிசன், என்னென்னவோ ஆராய்ச்சி செய்கிறீர்கள், இந்த எலிகளைக் கொல்வதற்கு ஒரு வழி கண்டுபிடிக்கக்கூடாதா?' என்று அவருடைய நண்பர்கள் கேலியாகக் கேட்டார்கள்.

'அவ்வளவுதானே? செய்தால் போச்சு' என்று களத்தில்

இறங்கிவிட்டார் எடிசன். அடுத்த சில தினங்களுக்குள், மளமளவென்று ஒரு மின்சார எலிப்பொறி தயாராகிவிட்டது.

என்னுடைய வேலை, தந்தி இயந்திரத்தை ஆராய்வதுதான், நான் வேறு எதிலும் கவனம் செலுத்தமாட்டேன் என்று எடிசன் உட்கார்ந்திருக்கவில்லை. ஒரு நிமிடத்தைக்கூட வீணடிக்காமல், தனது திறமையை வேறு எந்தவிதங்களிலெல்லாம் பயன்படுத்தமுடியும் என்று யோசித்து, சூழ்நிலைக்கேற்பத் தன்னை வளைத்துக்கொண்டார்.

அதனால்தான், அவரால் தனது வாழ்நாளில் ஆயிரத்துக்கும் மேற்பட்ட பொருள்களைக் கண்டுபிடிக்கமுடிந்தது. மின் விளக்கில் தொடங்கி, திரைப்படங்கள்வரை அவருடைய கண்டுபிடிப்புகள் இன்றும் உலகிற்குப் பயன்பட்டுவருகின்றன.

இன்றைய இளைய தலைமுறை அவசியம் கற்றுக்கொள்ளவேண்டிய குணங்களில் ஒன்று, இந்த 'வளைந்து கொடுக்கும் தன்மை'. நான் இந்த வேலையைத்தான் செய்வேன் என்று பிடிவாதம் பிடிக்காமல், கிடைத்த வேலையை ஏற்றுக்கொண்டு முன்னேற முயற்சி செய்வதுதான் சாமர்த்தியம்.

டெல்லி, பம்பாய், கல்கத்தா, பெங்களூர், சென்னை போன்ற நகரங்களில் ஆயிரக்கணக்கான, லட்சக்கணக்கான இளைஞர்கள் கிடைத்த வேலையில் தொற்றிக்கொண்டு, அதே சமயம் தங்களுடைய கனவுகளை விட்டுக்கொடுக்காமல் வாழ்ந்து வருகிறார்கள். நிலைமைக்கேற்பத் தங்களை வளைத்துக்கொண்டு, அதன்பிறகு சரியான சந்தர்ப்பம் வாய்க்கும்போது மனத்துக்குப் பிடித்த வேலைக்குத் தாவிக்கொள்கிறார்கள்.

உண்மையில், இந்த வளைந்து கொடுக்கும் குணம் கொண்ட இளைஞர்களைத்தான், நிறுவனங்கள் அதிகம் விரும்பித் தேர்ந்தெடுக்கின்றன. காரணம், ஒரு வேலையைச் செய்வதற்காகத் தேர்ந்தெடுக்கப்பட்ட நபருக்கு, இன்னொரு வேலையும் தெரியும் என்றால், அவர்களுக்கு நேரம் மிச்சம், பணம் மிச்சம், அநாவசிய அலைச்சல் மிச்சம்.

ஆகவே, போட்டிகள் நிறைந்த இன்றைய உலகத்தில், நம்மை மற்றவர்களிடமிருந்து வித்தியாசப்படுத்திக் காண்பிக்கப்போவது, இந்த வளைந்துகொடுக்கும் திறமைதான். அதைச் சரியாகப் பயன்படுத்திக்கொண்டால், 'எடிசன்'போல் நாமும் சகலகலா வல்லவர்கள் ஆகிவிடலாம்!

8. குழுவோடு இணைந்து பணியாற்றும் திறமை (Team Skills)

அந்த ஊரில், ஒரு மிகப்பெரிய கால் பந்துப் போட்டி நடைபெற்றது. விழாவுக்குத் தலைமை தாங்கி, வெற்றி பெற்ற அணிக்குப் பரிசு வழங்குவதற்காக, அமைச்சர் ஒருவரை அழைத்திருந்தார்கள்.

போட்டி தொடங்குவதற்குச் சிறிது நேரம் முன்பாகவே, அமைச்சர் வந்துவிட்டார். விசில் ஊதி ஆட்டத்தைத் தொடங்கிவைத்தவர், விஐபி இருக்கையில் அமர்ந்து போட்டியை ரசித்தார்.

சிறிது நேரத்துக்குள் அவர் முகம் கடுகடுவென்று மாறிவிட்டது. தன்னுடைய உதவியாளரை அழைத்து, 'என்னய்யா இது? ஒரு பந்தை வெச்சுக்கிட்டு இருபது பேர் திண்டாடறாங்க, பார்க்கிறதுக்கே அசிங்கமா இருக்கு' என்றார், 'நீ நேரா கடைக்குப் போய், இவங்க எல்லோருக்கும் ஆளுக்கு ஒரு பந்து வாங்கிட்டு வா, இப்படிப் பிச்சைக்காரத்தனமா அடிச்சுப் பிடிக்காம, எல்லோரும் அவங்கவங்க பந்தை வெச்சுக்கிட்டு சந்தோஷமா விளையாடட்டும்.'

அமைச்சர் இப்படிச் சொன்னதும், உதவியாளர் திகைத்துப் போய்விட்டார். கால் பந்துப் போட்டியின் அடிப்படையே, ஒரு பந்தை எல்லோரும் உதைத்து விளையாடுவதுதான், அது தெரியாத அமைச்சர், இப்படி ஆளுக்கொரு பந்து வாங்கித் தரச் சொல்கிறாரே!

வேலை தேடுகிற இளைஞர்கள் பலர், சவுகர்யமாக மறந்துவிடுகிற ஒரு விஷயம், இந்தக் குழு உணர்வு. நாம் தனிப்பட்டமுறையில் என்னதான் திறமைசாலிகளாக இருந்தாலும், அது போதாது,

மற்றவர்களுடன் நம்மால் இணைந்து பணியாற்றமுடிகிறதா என்பதைதான் நிறுவனங்கள் பார்க்கின்றன.

எடுத்துக்காட்டாக, ஒருவர் பிரமாதமான கணித மேதை. நிறுவனக் கணக்கு, வழக்குகள், தணிக்கை விவகாரங்களையெல்லாம் அற்புதமாகப் பிய்த்து உதறுவார்.

அப்படியானால், அவரை வேலைக்குச் சேர்க்கிற நிறுவனம் என்ன எதிர்பார்க்கும்? இவர் தன்னுடைய மற்ற ஊழியர்களுடன் இணைந்து நன்றாகப் பணியாற்றவேண்டும், கணக்குகளைச் சீக்கிரமாகவும் சுலபமாகவும் முடிக்கவேண்டும் என்றுதானே?

ஆனால், அந்தக் கணித மேதைக்கு மற்றவர்களிடம் பேசக்கூடப் பிடிக்காது. தான் உண்டு, தன்னுடைய வேலை உண்டு என்று அமைதியாக இருப்பார். யாரேனும் அருகில் சென்று பேசினால்கூட, கோபமாக எரிந்து விழுவார். இப்படிப்பட்டவரை, யாரேனும் வேலைக்கு எடுப்பார்களா?

அந்தக் காலத்தில், அநேகமாக எல்லாமே சிறிய நிறுவனங்கள்தான். ஆனால் இன்றைக்கு, உலகம் சுருங்கிக்கொண்டிருக்கிறது, நிறுவனங்கள் பெரிதாகிக்கொண்டிருக்கின்றன. ஆகவே, முன்பு எப்போதும் இல்லாத அளவுக்குக் குழு உணர்வு அதிகம் தேவைப்படுகிறது.

பெரும்பாலான நிறுவனங்கள் தங்களுடைய ஊழியர்களிடையே குழு உணர்வை வளர்ப்பதற்காக ஏகப்பட்ட தொகையைச் செலவழிக்கிறார்கள். அவர்கள் சேர்ந்து பங்குபெறும்படியான விளையாட்டுகள், புதிர்களுக்கு ஏற்பாடு செய்வது என்றெல்லாம் விதவிதமான குழு மேம்பாட்டுப் பயிற்சிகள் இருக்கின்றன. இதற்கென்றே விசேஷப் பயிற்சி நிறுவனங்கள், நிபுணர்கள் இருக்கிறார்கள்.

நாம் அவ்வளவு தூரம் சிரமப்பட்டுப் பயிற்சி பெற வேண்டியதில்லை. காரணம், இயல்பாகவே நம் எல்லோருக்குள்ளும் இந்தக் குழு உணர்வு இருக்கிறது, கூச்சத்தைக் களைந்து, சக ஊழியர்களுடன் ஒத்துழைக்கத் தொடங்கினாலே,

அவர்களும் நமக்கு உதவ ஆரம்பித்துவிடுவார்கள்.

'தனி மரம் தோப்பாகாது' என்கிற நமது பழமொழியை நினைத்துக் கொள்ளுங்கள். ஆனானப்பட்ட சச்சின் டெண்டுல்கரே, இன்னொருவருடன் இணைந்து ஓடினால்தான் அவருக்கு ஒரு ரன், இரண்டு ரன் கிடைக்கும், அப்படியிருக்க, நாம் நம்முடைய திறமையைமட்டும் வைத்துக்கொண்டு என்ன செய்யமுடியும்? அதை மற்றவர்களுடன் இணைக்கிறபோதுதான், பலன்கள் பலமடங்காக வளர்கின்றன!

9. கண்களைப் பார்த்துப் பேசுவது (Eye Contact)

இது ஒரு சாதாரணமான விஷயம், இதைப்போய் ஒரு பெரிய கலையாகச் சொல்கிறார்களே என்று உங்களுக்கு வேடிக்கையாக இருக்கலாம். ஆனால், இந்தக் கேள்விக்கு முதலில் பதில் சொல்லுங்கள், நீங்கள் ஒருவரிடம் பேசும்போது, எப்படிப் பேசுவீர்கள்? அவர்கள் கண்ணை நேருக்கு நேர் பார்த்துப் பேசுவீர்களா? அல்லது தலை குனிந்தபடியா? அல்லது வானத்தைப் பார்த்துக்கொண்டா? அல்லது அவர்கள் உடலில் வேறு எங்காவது வெறிப்பீர்களா?

இவை ஒவ்வொன்றுக்கும் என்ன அர்த்தம் என்பதை யாரும் நமக்குத் தனியே சொல்லவேண்டியதில்லை. இவற்றில் எது 'பெஸ்ட்' என்பதும் உலகம் அறிந்த ரகசியம்.

குழந்தைகள் ஏதாவது தப்பு செய்துவிட்டுப் பூசி மெழுகினால்கூட, நாம் என்ன சொல்கிறோம்? 'எங்கே, என் கண்ணைப் பார்த்துச் சொல்லு'

ஒருவருடைய கண்களை நேருக்கு நேர் பார்த்துப் பேசும்போது, பெரும்பாலானோரால் பொய் சொல்லமுடியாது, எங்கே அவர்கள் நம் கண்களில் உண்மையைப் படித்துவிடுவார்களோ என்று சங்கடப்படுவோம், குற்றவுணர்ச்சியாக உணர்வோம்.

அதனால்தான், நாம் செய்த தவறுகளைப்பற்றிப் பேசும் போது, சங்கடமான விஷயங்களைச் சொல்லும்போது

பெரும்பாலானோர் தரையை வெறிக்கிறார்கள், அல்லது நாற்காலியின் கைப்பிடியைப் பிசைகிறார்கள், எங்கெங்கோ பார்ப்பார்கள், எதிரில் உள்ளவரைமட்டும் பார்க்கவே மாட்டார்கள்.

சிலருக்கு, இந்தப் பழக்கம் அத்துமீறிவிடும், எந்நேரமும் அடுத்தவர்கள் கண்களைப் பார்த்துப் பேசாமலே பழகிவிடுவார்கள். இப்படிப்பட்டவர்கள்மீது மற்றவர்களுக்குச் சுலபத்தில் சந்தேகம் வரும், இந்த ஆள் நேர்மையற்றவர் என்று யோசிக்காமல் முடிவு செய்துவிடுவார்கள்.

குறிப்பாக, ஆண்கள் பெண்களிடம் பேசும்போது இதில் மிகவும் கவனமாக இருக்கவேண்டும். கண்ணைப் பார்த்துப் பேசாமல் வேறு எங்கே பார்த்தாலும் தவறாக நினைக்க இடமிருக்கிறது. இந்தக் காலப் பெண்கள் பயந்து தலைகுனியமாட்டார்கள், பளாரென்று அறைந்துவிடுவார்கள்!

பெண்கள் என்றில்லை, பொதுவாகவே யாரிடமும் கண்ணைப் பார்த்துப் பேசும் *'Eye Contact'* ஒரு நல்ல பழக்கம். அது உங்கள்மீது அவர்களுக்கு ஒரு தனி மரியாதையை ஏற்படுத்தித் தரும்.

ஞாபகம் இருக்கட்டும், ஒவ்வொரு இன்டர்வ்யூவின்போதும், உங்களுடைய பார்வை எங்கே விழுகிறது என்பதை எதிரில் உள்ளவர்கள் கவனித்துக்கொண்டே இருக்கிறார்கள். அவர்களை நீங்கள் நேருக்கு நேர் பார்த்து பதில் சொல்லும்போது, உங்களுடைய பதில் சுமாராகவே இருந்தாலும்கூட, தன்னம்பிக்கையோடு வருவதை அவர்கள் உணர்வார்கள், மதிப்பார்கள்.

இந்தக் கலையைப் பழகுவதற்கென்று நாம் தனியே மெனக்கெடவேண்டியதில்லை. தினசரி வாழ்க்கையில் நாம் சந்திக்கிறவர்கள் எல்லோரிடமும், கண்களைமட்டுமே பார்த்துப் பேசுவது என்று முடிவுசெய்துகொண்டு, அதை ஒரு மாதம் செயல்படுத்துங்கள், அப்புறம் பொய்யைக்கூட நேருக்கு நேர் சொல்லப் பழகிவிடுவீர்கள்!

10. ஒத்துழைப்பு (Cooperation)

பலர் இணைந்து ஒரே குழுவாக உழைப்பதுபற்றி நாம் ஏற்கெனவே பார்த்திருக்கிறோம். அந்தக் குழு சீக்கிரத்தில் வெற்றியடைய முக்கியத் தேவை, ஒருவருக்கொருவர் ஒத்துழைத்து உச்சத்தை அடைவது.

அடிப்படையில், நாம் எல்லோருமே தனிமையை விரும்புகிறவர்கள்தான். 'இது என் வேலை, நான் இதைச் செய்தால் போதும், மற்றவர்களைப்பற்றி எனக்கு அக்கறையே இல்லை' என்பதுதான் பெரும்பாலானோரின் மனப்போக்கு.

நல்லவேளையாக, நாம் அதை அப்படியே வெளியில் காட்டுவதில்லை. சமூக நாகரிகம் கருதி, விரும்பியோ, விரும்பாமலோ மற்றவர்களுக்கு உதவுகிறோம், ஒத்துழைக்கிறோம்.

எடுத்துக்காட்டாக, வங்கியில் காசோலைகளைத் தயார் செய்யும் ஒருவர், அவற்றைத் தன்னுடைய உயர் அதிகாரியின் கையெழுத்துக்காக அனுப்பிவைக்கிறார். இப்போது அவர் இரண்டுவிதமாகச் செயல்படலாம், எல்லாக் காசோலைகளையும் ஒரேமாதிரியாக ஒன்றன்கீழ் ஒன்றாக அடுக்கி அனுப்பலாம், அல்லது, குப்பைபோல் ஒரு கூடையில் கொட்டி அனுப்பலாம். இந்த இரண்டில் எது ஒத்துழைப்பு என்று கொஞ்சம் யோசியுங்கள்.

'கையெழுத்துப் போடப்போகிறவன் அவன், என்னுடைய வேலை முடிந்தது, அதற்குமேல் என்ன நடக்கும் என்பதுபற்றி எனக்கு அக்கறை இல்லை' என்கிற மனப்போக்கு மிகவும் ஆபத்தானது. இது உங்களை ஒரு தனிநபராகக் காண்பிக்குமேதவிர, குழுவின் வெற்றிக்கு உழைக்கிறவராக அல்ல.

நிறுவனங்களுக்குத் தனித் திறமைசாலிகள் முக்கியம். அதேசமயம், அவர்கள் இணைந்து பணியாற்றுவது மிகவும் அவசியம்.

ஒரு குழுவில் இருபது பேர் இருக்கிறார்கள் என்று வைத்துக்கொள்வோம், அவர்கள் ஒவ்வொருவரும் தனித்தனியே

வேலை செய்தால், தலா பத்து வேலைகளை முடிப்பார்கள். அப்படியானால், அவர்கள் ஒருங்கிணைந்து பணியாற்றும்போது, மொத்தம் 20x10 = 200 வேலைகள் முடியவேண்டும். இல்லையா?

இங்கேதான், ஒத்துழைப்பு என்கிற அற்புதம் வேலை செய்கிறது. குழுவில் உள்ள அந்த இருபது பேரும் ஒருவருக்கு ஒருவர் ஒத்துழைத்து, ஒருவர் மற்றவருடைய பலவீனங்களை சமன் செய்து, அடுத்தவர்களிடம் கற்றுக்கொண்டு, கீழே உள்ளவர்களைத் தூக்கிவிட்டு வேலை செய்தால், அந்தக் குழு இருநூறு வேலைகளை அல்ல, ஐநூறு வேலைகளைச் செய்து முடிக்கும்.

நிறுவனங்கள் நம்மிடம் எதிர்பார்ப்பது, இந்த ஒத்துழைக்கும் தன்மையைத்தான். நீங்கள் அடுத்தவர்களுடன் இணைந்து பணியாற்றும்போது, அவர்களுக்கு ஒத்துழைத்துச் செயல்படுவீர்களா, அல்லது தாமரை இலைத் தண்ணீர்போல் உட்கார்ந்திருப்பீர்களா என்பதைப் பொறுத்துதான், பல வேலைகள் தீர்மானிக்கப்படுகின்றன.

ஆகவே, இந்த விஷயத்தில் திறந்த மனத்துடன் இருங்கள். 'இது என் பிரச்னை, அது உன் பிரச்னை' என்கிற சிந்தனையை விடுத்து, 'இது நம் பிரச்னை, நாம் இணைந்து இதைத் தீர்ப்போம், இன்னும் சில படி முன்னேறுவோம்' என்று யோசிக்கப் பழகுவதுதான் இந்தக் கலையின் அடிப்படை!

11. சூழ்நிலைக்கேற்ப நம்மை மாற்றிக்கொள்ளும் தன்மை (Adaptability)

பெரிய நகரங்களில் உள்ள உயர்தர உணவகங்களில், 'Happy Hour' என்று ஒரு சமாசாரம் உண்டு. 'மதியம் 2 மணி முதல் 4:30வரை Happy Hour' என்று பெரிதாக போர்ட் எழுதி மாட்டியிருப்பார்கள்.

இதன் அர்த்தம், மற்ற நேரங்களில் நூறு ரூபாய்க்குக் கிடைக்கிற வெஜிடபிள் பிட்ஸா, இந்த 'Happy Hour'ன்போது ஐம்பது ரூபாய்க்குக் கிடைக்கும். இந்த நேரத்தில் கடைக்கு வருகிறவர்களுக்கு பாதிக்குப் பாதி லாபம்!

ஆச்சர்யமான விஷயம், இல்லையா? நூறு ரூபாய் பிட்ஸாவை, அவர்களால் எப்படி ஐம்பது ரூபாய்க்குத் தரமுடிகிறது. ஏன் இப்படி நஷ்டத்துக்கு விற்கிறார்கள்?

இங்கேதான், நாம் பிரச்னையின் இன்னொரு கோணத்தைப் பார்க்கவேண்டும். பெரும்பாலான உணவகங்களில், காலை, மதியம், இரவு நேரங்களில்தான் கூட்டம் இருக்கும். மற்ற சமயங்களில் இருபது மேஜைகளில் இரண்டு, அல்லது மூன்று பேர்தான் உட்கார்ந்திருப்பார்கள்.

ஆகவே, இப்படி ஈ ஓட்டிக்கொண்டு உட்கார்ந்திருப்பதற்குப் பதிலாக, அந்த நேரத்தில் மலிவு விலையில் பொருள்களைக் கொடுக்கிறோம் என்று அறிவித்தால், சிக்கன விரும்பிகள் ஐம்பது ரூபாய்க்கு பிட்ஸா சாப்பிடலாமே என்று தேடி வருவார்கள்.

அந்தக் கடைக்கு, பிட்ஸா நூறுரூருபாய்க்கு விற்றால்தான் கட்டுப்படியாகும். ஆனால், கடை காலியாகக் கிடக்கும் சூழ்நிலையில், ஐம்பது ரூபாய் கிடைத்தாலும் போதும் என்று லாபத்தைக் குறைத்துக்கொள்கிறார்கள். அதாவது, சூழ்நிலைக்கேற்ப தங்களை மாற்றிக்கொள்கிறார்கள்.

இது ஏதோ புது விஷயம் என்று நினைத்துவிடாதீர்கள். அந்தக் காலத்தில் பூமியை ஆட்சி செய்த டைனசர், இன்னபிற பெரிய மிருகங்களெல்லாம் இப்போது இல்லை. காரணம், அவை சூழ்நிலைக்கேற்பத் தங்களை மாற்றிக்கொள்ளாத காரணத்தால், அழிந்துவிட்டன. அப்படி மாற்றிக்கொண்ட மனிதன், இன்னும் இருக்கிறான்.

ஆகவே, இது நம் எல்லோருக்கும் பொருந்தக்கூடிய விஷயம். எந்தச் சூழ்நிலையிலும், அதற்கேற்ப நமது செயல்பாடுகளை மாற்றிக்கொண்டு இயங்குகிறவர்களால் தொடர்ந்து வெற்றிகரமாக இயங்கிக்கொண்டிருக்கமுடியும். அவர்கள் எப்போதும் *'Outdate'* ஆகிவிடமாட்டார்கள்!

அதுபோல, ஒரு நிறுவனம் வெற்றிகரமாக இயங்கும்போது அதில் சேர்ந்து பயனடையலாம். ஆனால், ஒரு சின்ன நஷ்டம்

ஏற்பட்டுவிட்டால் அங்கிருந்து குதித்து வெளியேறிவிடலாம் என்று நினைக்கிறவர்களை அவர்கள் விரும்புவதில்லை. சூழ்நிலைக்குத் தகுந்தபடி நம்மில் சின்னச் சின்ன மாற்றங்களைச் செய்துகொண்டு சமாளிக்கிறவர்களுக்குதான் வேலை மார்க்கெட்டில் மரியாதை.

உங்களிடம் இந்தக் குணம் இருக்கிறதா என்பதைப் பரிசோதிப் பதற்காக, வேண்டுமென்றே நேர்முகத் தேர்வுகளின்போது சில கேள்விகளைக் கேட்பார்கள். எடுத்துக்காட்டாக, 'உங்களுக்கு ட்ரைனிங் கொடுக்கிற ஆஃபீஸர், ஒரு முட்டாள், அவருக்கு இதுபற்றி எதுவுமே தெரியவில்லை. அப்போது நீங்கள் என்ன செய்வீர்கள்?'

இந்தக் கேள்விக்கு, 'நான் என்ன சார் செய்யமுடியும், இன்னொரு ஆஃபீஸர் வந்து எல்லாம் சொல்லித்தரும்வரை கடவுள்மேல் பாரத்தைப் போட்டுவிட்டு சும்மா உட்கார்ந்திருப்பேன்' என்று பதில் சொன்னால் தப்பு, ரொம்பத் தப்பு!

அதற்குபதிலாக, இப்படிச் சொல்லிப் பாருங்கள், 'சக ஊழியர்களிடம் நானே வலியச் சென்று பேசுவேன், சந்தேகம் கேட்பேன், இதுபற்றிய புத்தகங்களைப் படிப்பேன், இன்டர் நெட்டில் தேடிப் புரிந்துகொள்வேன்' ... புரிகிறதில்லையா? சூழ்நிலை எதுவானாலும், நாம் செய்யக்கூடிய ஒரே விஷயம், அதற்கேற்ப நம்மை மாற்றிக்கொள்வதுதான், அதுதான் நாம் வாழ்வதற்கான, வெற்றியடைவதற்கான முக்கிய அடையாளம்!

12. விதிமுறைகளைப் பின்பற்றுவது (Follow Rules)

43. நெறிமுறைகளைப் பின்பற்றுவது (Ability To Follow Regulations)

சமீபத்தில் இந்திய அரசாங்கம் ஒரு புதிய விதிமுறையை அறிமுகப்படுத்தியிருக்கிறது, 'இனிமேல் யாரும் அலுவலகக் கட்டடங்களுக்குள் புகைபிடிக்கக்கூடாது'

நல்ல விஷயம்தான். இந்த விதிமுறையை முறைப்படி பின்பற்றினால், ஆரோக்கியம் தேடி வரும், நம் உடம்பே நம்மை வாழ்த்தும்.

ஆனால், இதுபோன்ற விதிமுறைகளை, எத்தனை பேர் ஒழுங்காகப் பின்பற்றுகிறார்கள், 'எவன் நம்மைப் பிடிக்கப்போறான்' என்று அசட்டு தைரியத்திலும், 'மிஞ்சிப்போனால் இருநூறு ரூபாய் ஃபைன், அவ்வளவுதானே?' என்கிற அலட்சியத்திலும் விதிகளை மீறுகிறவர்கள்தான் இங்கே அதிகம்.

அதே அரசாங்கம், இன்னொரு விதிமுறையும் விதித்திருக்கிறது, 'யாரும் யாரையும் கொலை செய்யக்கூடாது'. இந்த விதிமுறையை யாராவது மீறுவார்களா?

மாட்டார்கள். காரணம், இதை மீறினால் ஜெயிலில் போட்டுவிடுவார்கள், அல்லது தூக்கில் தொங்கவிடுவார்கள். அதற்குப் பயந்துதான், நாமெல்லாம் துப்பாக்கியைத் தூக்காமல் இருக்கிறோம்.

இப்படிப் பயம் காரணமாக விதிமுறைகளுக்குப் பணியாமல், உண்மையான அக்கறையுடன் அதனை மதித்துப் பின்பற்றுகிறவர்கள் இருக்கிறார்கள். அவர்களையெல்லாம் மற்றவர்கள் கிண்டல், கேலி செய்வதுதான் வழக்கம்.

எடுத்துக்காட்டாக, போக்குவரத்து சிக்னலில் மஞ்சள் விளக்கு எரிந்தால், அதன் அர்த்தம், வண்டியின் வேகத்தைக் குறைத்து, கவனிப்பது, ஆனால், அதை எத்தனை பேர் செய்கிறார்கள்? யாரேனும் முறைப்படி அதனைப் பின்பற்றினால்கூட, 'யோவ், உனக்கென்ன கிறுக்குப் பிடிச்சிருக்கா?' என்று திட்டுகிறவர்கள்தான் அதிகம்.

இவர்களெல்லாம், சிவப்பு விளக்குக்குக்கூட நிற்கமாட்டார்கள். இப்படி விதிமுறைகளை மீறுகிறவர்களால்தான், சாலையில் பெரும்பாலான விபத்துகள் நடக்கின்றன.

குறிப்பாக இளைஞர்களிடம், கட்டுப்பாட்டுக்கு அஞ்சாத, விதிகளை உடைக்கிற மனோபாவம் அதிகம். அந்தச் சுதந்தர உணர்வு முக்கியம்தான். ஆனால், நீங்கள் வேலைக்குச் சேரப்போகும் நிறுவனத்தில் இப்படி விதிமுறைகளை மீறிக்கொண்டிருந்தால், எல்லோருக்கும் பிரச்னைதானே?

ஆகவே, நேர்முகத் தேர்வுகளுக்குச் செல்லும்போது இந்த 'விதி மீறல்' மனப்போக்கை வெளிக்காட்டாதீர்கள். அங்கே நீங்கள் ஒரு 'கலக'க்காரர் என்கிற இமேஜை ஏற்படுத்தினால், அது உங்களுடைய வேலைவாய்ப்புக்கே உலை வைத்துவிடும்.

ஓர் ஐஏஎஸ் அதிகாரியிடம் பேசிக்கொண்டிருந்தபோது சுவாரஸ்யமான சம்பவம் ஒன்றைச் சொன்னார். அவர் தன்னுடைய முதல் இன்டர்வ்யூவுக்குச் சென்றபோது, மணி சரியாக 12:01. ஆகவே, அவர் 'குட் மார்னிங்' என்று சொல்லாமல், 'குட் ஆஃப்டர்நூன்' என்று சொல்லியிருக்கிறார்.

அதற்குமுன் வந்த எல்லோரிடமும் 'குட் மார்னிங்'கைக் கேட்டுப் பழக்கப்பட்டிருந்த அந்த அதிகாரி, ஆச்சர்யமாகத் தன்னுடைய கைக்கடிகாரத்தைப் பார்த்திருக்கிறார், சில நிமிடங்களுக்கு முன்புதான், 'காலை' முடிந்து, 'பிற்பகல்' தொடங்கிவிட்டது. ஆகவே, 'குட் ஆஃப்டர்நூன்'தான் சரி என்று அவருக்குப் புரிந்திருக்கிறது. 'வெரி குட்' என்று பாராட்டியிருக்கிறார்.

இது ஒரு சின்ன விஷயம், மத்தியானத்தில் 'குட் மார்னிங்' சொன்னால் குடியா மூழ்கிவிடும்? ஆனால், அப்படிச் சமயோஜிதமாக யோசித்து, விதிமுறைகளை முறைப்படி பின்பற்றியதில், இந்த ஐஏஎஸ் நண்பர் இன்டர்வ்யூ தொடங்குவதற்குமுன்பே அவரிடம் நல்ல பெயர் வாங்கிவிட்டார்.

எல்லா விதிகளும் ஏதோ ஒரு காரணத்துக்காகதான் உருவாக்கப்பட்டிருக்கிறது. புரிந்தோ, புரியாமலோ அவற்றைப் பின்பற்றினால் நமக்குதான் நல்லது என்பதைப் புரிந்துகொள்ளுங்கள், உங்களுடைய பேச்சில்மட்டுமின்றி, செயலிலும் இது வெளிப்படவேண்டும்.

13. தன்னைத்தானே வழிநடத்திக்கொள்ளும் தன்மை (Self&directed)

19. தன்னைத்தானே மேற்பார்வையிட்டுக்கொள்ளும் தன்மை (Self-&supervising)

திடீரென்று ஒருநாள், வீட்டில் அம்மாவுக்கு உடம்பு சரியில்லை. நீங்கள்தான் சமையல்.

அம்மா அனத்திக்கொண்டு படுத்திருக்கிறார். அவரிடம் சென்று, 'இன்னைக்கு என்ன சமைக்கலாம்மா?' என்று ஆலோசனை கேட்கிறீர்கள்.

'மாவு இருக்கு, நாலு தோசை ஊத்தி வெச்சுடு, போதும்' என்கிறார் அம்மா. அவருக்குப் பேசக்கூட முடியவில்லை.

இப்போது நீங்கள் என்ன செய்வீர்கள்? மாவு எங்கே இருக்கிறது, தோசைக் கல் எங்கே, தோசை திருப்பி எங்கே, எண்ணெய் எங்கே, தோசையைப் போட்டு மூடிவைக்கும் 'ஹாட் பேக்' எங்கே, ஒரு தோசைக்கு ஒரு கரண்டி மாவு போதுமா? தடிமனாக ஊற்றவேண்டுமா, அல்லது மெலிதாகவா, எவ்வளவு நேரத்துக்குப்பின் தோசையைத் திருப்பிப் போடவேண்டும் என்று ஒவ்வொரு விஷயத்தையும் அம்மாவிடமே கேட்பீர்களா? அல்லது, நீங்களே எல்லாவற்றையும் சமாளித்து தோசையைச் செய்து முடித்துவிடுவீர்களா? நம்மைச் சுற்றிப் பார்த்தால், இந்த இருவகை மக்களையும் கவனிக்கலாம்.

சிலர், நாம் கோடு போட்டால் அதை வைத்து அவர்களே ரோடு போட்டுவிடுவார்கள், இவர்களுக்கு ஒவ்வொரு விஷயத்தையும் தனித்தனியே விளக்கிச் சொல்லவேண்டியதில்லை, நிலைமையைக் கவனித்து, தங்களைத் தாங்களே வழிநடத்திக்கொள்வார்கள், தாங்களே மேற்பார்வையிட்டுக்கொள்வார்கள், வேலை சுறுசுறுப்பாக நடந்து முடிந்துவிடும்.

இன்னும் சிலர், திறமைசாலிகள்தான். ஆனால், இவர்களுக்கு நாம் ஒவ்வொரு விஷயத்தையும் சொல்லித்தரவேண்டும், விளக்கமாக ஆலோசனை கொடுத்து, வழிநடத்தி, பக்கத்திலிருந்து மேற்பார்வை இட்டால், வேலையைச் சரியாக முடித்துவிடுவார்கள்.

ஒரு மேலதிகாரி, இந்த இரண்டில் எதை விரும்புவார்? யோசியுங்கள்!

எனக்குக் கீழே நூறு பேர் வேலை செய்கிறார்கள். அவர்கள் எல்லோரும் ஒவ்வொரு விஷயத்திலும் என்னுடைய

ஆலோசனை, வழிநடத்துதல், மேற்பார்வையை எதிர்பார்த்தால், என் நிலைமை என்ன ஆகும்? என்னால் என்னுடைய மற்ற வேலைகளைக் கவனிக்கமுடியாதுதானே?

அதற்குபதிலாக, இந்த நூறு பேரும் நான் சொல்கிற வேலையைப் புரிந்துகொண்டு, அதற்கேற்ப புத்திசாலித்தனமாகச் செயல்பட்டு அவர்களே வேலையைச் செய்துமுடித்துவிட்டால் எப்படி இருக்கும்? நூறு பேர் என்ன? என்னால் ஆயிரம் பேரைக்கூட சமாளிக்கமுடியுமே!

இப்படித்தான் நிறுவனங்கள் யோசிக்கின்றன. தங்களிடம் வேலைக்குச் சேரும் ஊழியர்கள் தங்களுக்கு விதிக்கப்படும் பணி எப்படிப்பட்டது என்பதைப் புரிந்துகொண்டு, அதற்கேற்பத் தாங்களே தங்களை வழிநடத்திக்கொள்ளவேண்டும், மேற்பார்வையிட்டுத் தவறுகளைச் சரிசெய்துகொள்ளவேண்டும், அவ்வப்போது சந்தேகம் வரும்போது மேலதிகாரியிடம் ஆலோசனை கேட்கலாம், ஆனால் ஒவ்வொன்றுக்கும் அவர்களை எதிர்பார்த்துக்கொண்டிருந்தால், ஒரு நிலைக்குமேல் உங்களால் முன்னேறமுடியாது.

அதனால்தான், மேலை நாடுகளில் எட்டு, பத்து வயதிலேயே குழந்தைகளுக்குத் தனி அறை ஒதுக்குகிறார்கள். அவர்கள் தங்களுடைய வேலைகளைத் தாங்களே கவனித்துக்கொள்ளப் பழக்குகிறார்கள், இதன்மூலம் அவர்களுடைய ஆளுமை வளர்கிறது, தங்களுடைய திறமையை நன்கு கூர்மைப்படுத்திக் கொண்டு செயல்படப் பழகுகிறார்கள். நம் ஊரிலும், விடுதியில் தங்கிப் படிக்கிற மாணவர்களிடம் இந்தக் குணத்தை நிறையப் பார்க்கலாம்.

உண்மையில், நாம் எங்கே தங்கியிருக்கிறோம் என்பதுகூட அவ்வளவு முக்கியமில்லை. நம்மிடம் ஒப்படைக்கப்பட்டிருக்கும் பணியின் முழுப் பொறுப்பையும் ஏற்றுக்கொண்டு செயல்படுகிறோமா? அல்லது நம்மோடு எந்நேரமும் இன்னொருவர் ஓடி வரவேண்டும் என்று எதிர்பார்க்கிறோமா, இதைக் கவனித்துச் சரிசெய்துகொண்டுவிட்டால் போதும், நாமும் ஒரு சாதனையாளராகிவிடலாம்!

14 நல்ல மனப்போக்கு / மனப்பான்மை (Good attitude)

ஆங்கிலத்தில் விளக்குவதற்கு மிகவும் சிரமமான வார்த்தை எது என்று பார்த்தால், இந்த *'Attitude'*தான்!

மனப்போக்கு, மனப்பான்மை என்று *'Attitude'*க்கு எத்தனையோ விளக்கங்கள் சொல்கிறார்கள். ஆனால் இவை எதுவும் முழுமையான விளக்கங்கள் இல்லை. காரணம், இது நேரடியாகப் பார்க்கமுடியாத, நம் உள்ளேயிருந்து பொங்குகிற ஒரு முக்கியமான சமாசாரம்.

இதற்குச் சிறப்பான விளக்கம் வேண்டும் என்றால், அதற்கு ஒரு நல்ல வழி இருக்கிறது: ஒரே வேலையைப் பலரிடம் ஒப்படைத்து, அவர்கள் ஒவ்வொருவரும் அதை எப்படிச் செய்கிறார்கள் என்பதைக் கவனிப்பது!

தொலைக்காட்சியில், பல அறிஞர்கள் தோன்றிப் பேசுகிறார்கள். ஆன்மீகம், இலக்கியம், சமூகச் சிந்தனை, மருத்துவம், நிதி நிர்வாகம், மேலாண்மை என்று பல விஷயங்களை அவர்கள் சிறப்பாக விளக்குகிறார்கள்.

ஆனால், அவர்கள் என்ன பேசுகிறார்கள் என்பதைத் தாற்காலிகமாக மறந்துவிடுங்கள், எப்படிப் பேசுகிறார்கள் என்பதைமட்டும் கொஞ்சம் கவனித்துப் பாருங்கள்.

சிலரிடம், பேசும்போதே முகத்தில் உற்சாகம் பொங்கும், தாங்கள் பேசுகிற விஷயத்துக்கு ஏற்ப கண்களை உருட்டி, கைகளை அசைத்து, தலையை ஆட்டி உணர்ச்சிவயப்படுவார்கள், 'இந்த விஷயத்தை உங்களுக்குச் சொல்லத்தான் நான் பிறந்தேன், இந்த விநாடியில் இதுதான் என் வாழ்க்கையின் மிக முக்கியமான கடமை' என்கிற உற்சாக மனோபாவம் அவர்களிடம் இருக்கும், அவர்கள் பேசப் பேச, தொடர்ந்து கேட்கவேண்டும் என்று நமக்குத் தோன்றும்.

வேறு சிலர், எந்நேரமும் இஞ்சி தின்ற எதுவோபோல் முகத்தை வைத்துக்கொண்டிருப்பார்கள். அவர்கள் பேசும் விஷயம்

எத்தனை உயர்ந்ததாக இருந்தாலும், அந்த சந்தோஷத்தன்மை அவர்களுடைய முகத்தில் வெளிப்படாது, 'என்னவோ நான் பேசுகிறேன், நீங்களும் கேட்கிறீர்கள்' என்பதுபோல் துளி உற்சாகம் இல்லாமல் பேசிக்கொண்டிருப்பார்கள்.

இவர்கள் இருவருக்கும் இடையே என்ன வித்தியாசம்? இருவரும் நிபுணர்கள்தாம், தங்களுடைய துறையில் உச்சம் தொட்டவர்கள்தாம். ஆனால் ஒருவர், தன் வேலையை நேசிக்கிறார், உற்சாக மனப்போக்குடன் இயங்குகிறார், இன்னொருவர், என்னதான் திறமைசாலியாக இருப்பினும், ஏதோ கடமைக்கு அதைச் செய்துகொண்டிருப்பதுபோல் தோன்றுகிறது.

எந்த வேலைக்கும், அதைச் செய்வதற்கான 'நல்ல' மனப்போக்கு அவசியமாகிறது. இந்த ஒரு விஷயம் இல்லாவிட்டால், எத்தனை பெரிய புத்திசாலியும் 'சுமார்' ரகத்தில்தான் வேலை செய்யமுடியும்.

சொன்னால் நம்பமாட்டீர்கள், *'Attitude'* சரியாக இல்லை என்கிற ஒரே காரணத்தால், பல திறமைசாலிகள் தினம் தினம் நிராகரிக்கப்படுகிறார்கள், நூற்றுக்குத் தொண்ணூற்றொன்பது நிறுவனங்கள், இந்த ஒரு விஷயம் பொருந்தாவிட்டால், எவ்வளவு பிரமாதமான இளைஞரையும் வெளியேற்றிவிடுகிறார்கள்.

பிரபலமான வங்கி ஒன்று, தன்னுடைய வருங்கால ஊழியர்களைத் தேர்ந்தெடுப்பதற்காக ஒரு பெரிய கல்லூரிக்குச் சென்றிருந்தது. அங்கே ஓர் இளைஞர், அவர்கள் கேட்ட கேள்விகளுக்கெல்லாம் சரியான பதில் சொல்லி அசத்தினார், 'இந்த இளைஞரைத் தேர்ந்தெடுத்தால், ஒருகாலத்தில் அவர் நம்முடைய நிறுவனத்தின் தலைவராகவே உயரக்கூடும்' என்று பாராட்டி எழுதினார் அதிகாரி.

ஆனால், இன்டர்வ்யூவின் முடிவில், அந்த இளைஞர் இவர்களிடம் சில கேள்விகளைக் கேட்டார், 'உங்க பேங்க் கேன்ட்டீனில் நான்வெஜிடேரியன் சாப்பாடு உண்டா?', 'எனக்கு

எத்தனை நாளில் சம்பள உயர்வு தருவீர்கள்?', 'ஒரு வருஷத்துக்கு நான் எவ்வளவு போனஸ் எதிர்பார்க்கலாம்?', 'என்னை அடிக்கடி வெளிநாடு அனுப்புவீர்கள்தானே?', 'எனக்குபதிலாக என்னைவிட ஜூனியருக்கு நீங்கள் ப்ரமோஷன் கொடுத்தால், நான் கோர்ட்டில் உங்கள்மீது வழக்குப் போடமுடியுமா?', 'நான் வங்கிக்குள் சிகரெட் பிடிக்கலாமா? தண்ணி அடிக்கலாமா? சக ஊழியருடன் டிஸ்கோத்தே போகலாமா?'

இப்படி அவர் கேட்கக் கேட்க, வங்கி அதிகாரிகளுக்குத் திகைப்பாகிவிட்டது. பையன் நல்ல திறமைசாலிதான். ஆனால், இவன் நம் நிறுவனத்தில் வேலைக்குச் சேர்வது வெறுமனே பணம் சம்பாதிப்பது, வாழ்க்கையை அனுபவிப்பதற்காகத்தானோ? இந்தத் துறையில் என்னென்ன சவால்கள் இருக்கின்றன, அவற்றைச் சமாளித்து முன்னேறுவது எப்படி, வாடிக்கையாளர்களுக்குத் திருப்தி உண்டாக்குவது எப்படி என்பதுபோன்ற விஷயங்களில் இவனுக்குத் துளி ஆர்வம் இருப்பதாகத் தெரியவில்லையே!

அதற்காக, சம்பளம், போனஸ் விவகாரங்களையெல்லாம் பேசக்கூடாது என்றில்லை. மற்றதையெல்லாம் மறந்துவிட்டு, அதில்மட்டும் கவனம் செலுத்திய மனப்போக்குக்காகவே, அந்த இளைஞன் நிராகரிக்கப்பட்டான்.

காரணம், மோசமான *Attitude* என்பது, உங்களைமட்டும் பாதிக்கிற விஷயம் இல்லை. 'என்னத்தைச் செஞ்சு, என்னத்தைச் சாதிக்கப்போறோம்' என்று ஒருவர் பேசத் தொடங்கினால், கொட்டாவிபோல் அது பக்கத்தில் இருக்கிறவரையும் தொற்றிக்கொண்டுவிடுகிறது. அதன்பிறகு, அந்த மனப்போக்கு அலுவலகம்முழுக்க விஷம்போலப் பரவுகிறது, இந்த விபரீதத்தைச் சரிசெய்வது மிக மிகச் சிரமம்.

ஆகவே, நாம் செய்யப்போகும் வேலையை நேசிக்கப் பழகவேண்டும். ஆஃபீஸ் பாய்முதல் பெரிய ஆஃபீஸர்கள்வரை எல்லோரிடமும் அந்த 'பாஸிட்டிவ்' மனப்போக்கு மிக அவசியம்!

15. எழுத்துத் திறமை (Writing Skills)

45. வேலைக்கான விண்ணப்பத்தை நிரப்பும் திறமை (Ability To Fill Out A Job Application)

54. கேட்டுப் புரிந்துகொண்டு எழுதுகிற திறமை (Ability To Listen And Document What You Have Heard)

அடிப்படை மொழி அறிவு, இலக்கண அறிவுபற்றி ஏற்கெனவே பார்த்திருக்கிறோம். பெரும்பாலான வேலைகளுக்கு, சாதாரணமாக எழுதப் பேசத் தெரிந்திருந்தாலே போதும்.

ஆனால், சில குறிப்பிட்ட பணிகளுக்கு, கூடுதலான பேச்சு அல்லது எழுத்துத் திறமை தேவைப்படுகிறது. எடுத்துக்காட்டாக, பத்திரிகைத்துறையில் உள்ளவர்கள், விளம்பரங்களை வடிவமைக்கிறவர்கள், பல்வேறு தயாரிப்புகளுக்கான 'பயனாளர் கையேடு'(User Guide)களை எழுதுகிறவர்கள் ஆகியோரைச் சொல்லலாம்.

உங்கள் கைக்குக் கிடைக்கும் ஒரு பத்திரிகையை எடுத்துவைத்துக் கொண்டு, அதில் உள்ள தலைப்புகள், விளம்பரங்களைமட்டும் மேலோட்டமாகப் பாருங்கள், எந்தச் செய்திகள், எந்த விளம்பரங்கள் உங்களை மேலும் விரிவாகப் படிக்கச் செய்கின்றன? ஏன்?

எழுத்துத் துறையில் உள்ள எல்லோருக்கும், சுண்டியிழுக்கும் கவர்ச்சியான மொழி அவசியம். அப்போதுதான் தகவல்கள் குவிந்து கிடக்கும் இன்றைய சூழ்நிலையில், நம்முடைய படைப்பின்மீது வாசகரின் கவனத்தை ஈர்க்கமுடியும்.

அதற்காக, எழுத்து அல்லாத துறைகளில் பணியாற்றுகிறவர்களுக்கு இந்தக் குணம் அவசியமில்லை என்று நினைத்துவிடக்கூடாது. சாதாரணமாக எல்லா அலுவலகங்களிலும், மேலதிகாரிகள் பெரும்பாலான விஷயங்களைப் பேச்சு மொழியில்தான் சொல்கிறார்கள், வாடிக்கையாளர்களும் தங்களுடைய தேவைகளைப் பேச்சின்மூலமே வெளிப்படுத்துகிறார்கள்.

இதையெல்லாம், நாம் இந்தக் காதில் கேட்டு அந்தக் காதில் மறந்துவிடக்கூடாது. எதிர்காலத் தேவை கருதி, எல்லாவற்றையும் எழுத்தில் நிரந்தரமாகப் பதிவு செய்யவேண்டிய தேவை இருக்கிறது. ஆகவே, சொந்தமாகச் சிந்திக்காவிட்டால்கூட, எழுத்துத் திறமை எல்லோருக்கும் அவசியப்படுகிறது.

இந்தத் திறமை உள்ளவர்கள், வேலை தேடும்போது தங்களைச் சிறப்பாக வெளிப்படுத்திக்கொள்ள ஒரு வழி இருக்கிறது. நிறுவனங்களுக்குத் தரும் உங்களுடைய பயோடேட்டா குறிப்புகளை, வழக்கமான மொழியில் அமைக்காமல், சற்றே புதுமையான வார்த்தைகள், உத்திகளைப் பயன்படுத்தி எழுதிப் பாருங்கள், நூறு பயோடேட்டாக்கள் குவிந்திருக்கிற இடத்தில், உங்களுடையதுமட்டும் வித்தியாசமாகத் தோன்றினால், தனித்து நின்றால், நல்லதுதானே?

16. வாகனம் ஓட்டும் திறமை / உரிமம் (Driver's License)

எழுத்துத் திறமைபோலவே, இதுவும் எல்லோருக்கும் பொருந்தாது, சில பணிகளுக்குமட்டும் தேவைப்படுகிற ஒரு திறமை இது!

பெரும்பாலும், தொழிற்சாலைகள், உடல் உழைப்பு சார்ந்த பணிகளில் இருக்கிறவர்கள், கூடுதல் தகுதியாக வாகனம் ஓட்டத் தெரிந்துவைத்திருக்கவேண்டும் என்று எதிர்பார்க்கிறார்கள். இதை யாரும் தனியாக வலியுறுத்துவதில்லை. ஆனால் அந்தத் திறமை உள்ளவர்கள், அதற்கான உரிமம் வாங்கிவைத்திருக்கிறவர்களுக்கு, இதுபோன்ற பணிகளில் முன்னுரிமை வழங்கப்படுவது வழக்கம்.

வாகனம் ஓட்டுவதும் ஒரு நல்ல, கூடுதல் திறமைதானே? முடிந்தால், நேரம், வாய்ப்புக் கிடைத்தால், அதையும் கற்றுக்கொண்டால் குற்றமில்லை!

18. உயர்நிலைக் கணிதம் (Advanced Mathematics)

36. பின்ன அறிவு (Knowledge Of Fractions)

எல்லோருக்கும் அடிப்படைக் கணித அறிவு தேவை என்று

ஏற்கெனவே பார்த்தோம். சின்னச் சின்ன கணக்குகளைத் தப்பில்லாமலும் விரைவாகவும் போடக்கூடிய அளவுக்குக் கணக்குத் தெரிந்திருந்தாலே போதும், பெரும்பாலான வேலைகளைச் சமாளித்துவிடலாம்.

ஆனால், சில குறிப்பிட்ட பணியில் உள்ளவர்களுக்கு, வெறும் அடிப்படைக் கணித அறிவு போதாது, அதற்குமேலும் அவர்கள் பல உயர்நிலைக் கணித விஷயங்களைக் கற்றுக்கொள்ளவேண்டியிருக்கும்.

எடுத்துக்காட்டாக, வங்கியில் வேலை செய்யும் ஒருவரை எடுத்துக்கொள்ளுங்கள், அவரிடம் ஒரு வாடிக்கையாளர் வந்து, 'ஐயா இந்தத் தனி வட்டி, கூட்டு வட்டி-ன்னு சொல்றாங்களே, அது என்ன?' என்று கேட்கிறார்.

அதற்கு அவர், 'கூட்டு வட்டியாவது, பொரியல் வட்டியாவது, எனக்கு அதெல்லாம் தெரியாது' என்று பதில் சொன்னால், அதன்பிறகு அவரை யாரேனும் மதிப்பார்களா?

உங்களுக்கும் எனக்கும், கூட்டு வட்டி எப்படிக் கணக்கிடப்படுகிறது என்று தெரியவேண்டிய அவசியம் இல்லை. ஆனால் வங்கியில் பணியாற்றுகிற ஒருவருக்கு அது அவசியமாகிறது. இதேபோல், வடிவ இயல் (ஜியோமெட்ரி), புள்ளியியல், நிகழ்தகவு, பின்னங்கள் என்று இன்னும் பல விஷயங்கள் இருக்கின்றன, வெவ்வேறு துறைகளில், வெவ்வேறு பணிகளில் உள்ளவர்களுக்குப் பயன்படுகின்றன.

நாம் எந்தத் துறையில் இருந்தாலும் சரி, அதற்கு எந்த அளவு கணித அறிவு தேவைப்படும் என்று புரிந்துகொண்டு, அந்தத் தலைப்புகளில் கவனம் செலுத்திப் பயின்றுகொள்வது அவசியம்.

20. நாலு பேரிடம் நல்ல பெயர்! (Good References)

வங்கியில், நமக்கென்று ஒரு சேமிப்புக் கணக்கு தொடங்க விரும்புகிறோம். அதற்கான விண்ணப்பப் படிவத்தை வாங்கிப் பூர்த்தி செய்கிறோம்.

அந்த விண்ணப்பத்தின் இறுதியில், '*References*' என்று ஒரு பகுதி இருக்கும். அதன் அர்த்தம், உங்களை யாருக்குத் தெரியும்? சமூகத்தில் நல்ல அந்தஸ்தில் உள்ளவர்கள், முக்கியப் பொறுப்புகளில் உள்ளவர்கள், எங்கள் வங்கியில் ஏற்கெனவே கணக்கு வைத்திருக்கிறவர்கள் யாராவது, நீங்கள் நல்லவர், வல்லவர், உங்களை நம்பலாம் என்று உங்களைப்பற்றி நாலு நல்ல வார்த்தை சொல்வார்களா? அப்படிச் சொன்னால்தான் நீங்கள் இங்கே சேமிப்புக் கணக்கு தொடங்கமுடியும்.

இதென்ன கலாட்டா? என்னுடைய பணத்தை நான் வங்கியில் போடுவதற்கு, இன்னொருவர் சர்ட்டிஃபிகேட் தரவேண்டுமா?

ஆமாம்! நீங்கள் எத்தனை பெரிய திறமைசாலியாக இருந்தாலும் சரி, உங்களிடம் எவ்வளவு பணம் இருந்தாலும் சரி, நாலு பேரிடம் நீங்கள் நல்ல பெயர் வாங்கவில்லை என்றால், சமூகத்தில் மரியாதை இருக்காது.

வேலை தேடுகிறவர்களுக்கும் இந்த விதிமுறை பொருந்தும். உங்களை வேலைக்குச் சேர்த்து, ஏகப்பட்ட பணத்தை, நேரத்தைச் செலவழித்துப் பயிற்சி கொடுத்து உருவாக்கப்போகும் ஒரு நிறுவனம், அதற்கெல்லாம் நீங்கள் தகுதியானவர்தானா என்று உறுதிப்படுத்திக்கொள்ள விரும்புகிறது. இந்த விஷயம் நிச்சயமாகத் தெரியாதவரை, அவர்கள் எவ்வளவு பெரிய புத்திசாலி, அனுபவஸ்தருக்கும் வேலை தரமாட்டார்கள்.

பயோடேட்டா என்பது, நீங்களே உங்களைப்பற்றி எழுதிக் கொள்வது. அதில் உள்ள விஷயங்கள் நிஜமோ, பொய்யோ, வெளியே விசாரித்தால்தான் தெரியும்.

பெரும்பாலான நிறுவனங்கள் இதைப் பரிசோதித்து உறுதிப்படுத்திக்கொள்கிறார்கள் என்பது வேறுவிஷயம். ஆனால் அதற்காக மெனக்கெடுவதைவிட, உங்களைப்பற்றி நல்லவிதமாகப் பேசும் '*References*'க்கு அவர்கள் அதிக முக்கியத்துவம் தருகிறார்கள்.

எடுத்துக்காட்டாக, உங்களுடைய கல்லூரி முதல்வர், 'இந்தப்

பையன் பிரமாதமான திறமைசாலி, அவனை எல்லா ஆசிரியர்களும் பாராட்டுவார்கள், எல்லா வேலைகளையும் சுறுசுறுப்பாக முடித்துவிடுவான்' என்று உங்களைப்பற்றி நல்லவிதமாகச் சொல்கிறார் என்று வைத்துக்கொள்ளுங்கள். அவரை நீங்கள் ஒரு '*References*' ஆக உங்களுடைய விண்ணப்பத்தில் குறிப்பிடலாம். இதேபோல், நாம் எத்தனை பேரிடம் நல்ல பெயர் வாங்குகிறோமோ, அத்தனை நல்லது.

முக்கியமான விஷயம், இதைமட்டும் வைத்து யாரும் நமக்கு வேலை தந்துவிடமாட்டார்கள். ஆனால் மற்ற திறமைகள் எல்லாம் சரிவர அமைந்து, நல்ல '*References*'ம் இருந்துவிட்டால், நமக்கு வேலை கிடைப்பது உறுதியாகிவிடும். ஆகவே, இந்த விஷயத்தில் அலட்சியம் காட்டாமல், எல்லோரிடமும் நல்ல பெயர் வாங்கிக்கொள்வது புத்திசாலித்தனம்!

21. போதை மருந்து / மற்ற கெட்ட பழக்கங்கள் இல்லை (Being Drug Free)

இந்தப் பெயரே போதும், இதற்குமேல் எந்த விளக்கமும் தேவையில்லை!

சிலர் சொல்வார்கள், 'சிகரெட் பிடிப்பது, தண்ணியடிப்பது, போதை மருந்துப் பழக்கம் எல்லாம் என்னுடைய தனிப்பட்ட விஷயம், அதில் தலையிட யாருக்கும் உரிமை கிடையாது'

உண்மைதான். சட்டப்படி, ஒருவர் அலுவலகத்துக்கு வெளியே என்ன செய்கிறார் என்பதில் எந்த நிறுவனமும் தலையிடக்கூடாது. அதன் அடிப்படையில் ஒருவரைத் தேர்ந்தெடுப்பதோ, நிராகரிப்பதோ தவறு.

ஆனால் எதார்த்தத்தில் என்ன நடக்கிறது? ஒரு நாளைக்கு பத்து சிகரெட் பிடிக்கிற ஒருவர், இதற்காக அடிக்கடி வேலையிலிருந்து 'ப்ரேக்' எடுத்துக்கொள்கிறார். அதனால் வேலை தடைபடுகிறது.

இப்படி ஒருவர் பத்துப் பத்து நிமிடங்களாக தினமும் பத்துமுறை வெளியே போய் தம்மடித்துவிட்டுத் திரும்பினால், அந்த

நிறுவனம் என்ன நினைக்கும்? இதற்குபதிலாக, சிகரெட் பழக்கம் இல்லாதவர்களை வேலைக்குச் சேர்ப்பது நல்லது என்றுதானே?

அதுமட்டுமில்லை, இதுபோன்ற பழக்கங்களில் ஈடுபடுகிறவர்களுக்கு, வேலையில் கவனம் குறையும் என்று அறிவியல்ரீதியில் நிரூபிக்கப்பட்டிருக்கிறது. போதைப் பழக்கத்தின் உச்சத்தில், சிலர் வன்முறைகளில் ஈடுபடக்கூடும், அநாவசியமாக அடிதடி, கலாட்டா, கோர்ட், கேஸ் ... இதையெல்லாம் எந்த நிறுவனமும் விரும்புவதில்லை.

எதற்கு வம்பு? இதுபோன்ற பழக்கங்களைத் தலையைச் சுற்றி விட்டெறிந்துவிட்டால், நமக்கு எல்லா வகைகளிலும் லாபம்!

22. ஒழுங்கான வருகை (Good Attendance)

ஒருவர், மாடு வாங்கச் சென்றிருந்தார். ஒரு மாட்டைச் சுட்டிக்காட்டி, 'இது எவ்வளவு பால் கொடுக்கும்?' என்று விசாரித்தார்.

'பிரமாதமான மாடுங்க, ஒரு நாளைக்குப் பத்து லிட்டர் பால் கறக்கலாம்' என்றார் தரகர்.

'ஆஹா, பிரமாதம்' என்றார் இவர். கேட்ட விலையைக் கொடுத்து, அந்த மாட்டை வீட்டுக்கு ஓட்டிவந்தார்.

மறுநாள் காலை, மாடு பத்து லிட்டர் பால் கொடுத்தது. இவருக்குச் சந்தோஷம், எல்லோரும் நுரை பொங்கும் 'திக்'கான பாலில் காஃபி போட்டுக் குடித்து மகிழ்ந்தார்கள்.

அடுத்த நாள், வழக்கம்போல் இவர் பால் பாத்திரத்துடன் மாட்டிடம் பால் கறக்கச் சென்றார். ஆனால் அன்றைக்கு, ஒரு சொட்டுப் பால்கூட வரவில்லை.

வெறுத்துப்போன இவர், மாட்டுத் தரகரிடம் ஓடினார், 'என்னய்யா இது? மாடு ஒரு நாளைக்குப் பத்து லிட்டர் பால் கறக்கும்ன்னு சொன்னியே' என்று அதட்டினார்.

'ஆமாங்க, ஆனா, வாரத்தில ரெண்டு நாள்தான் பால் கறக்கும்' என்றார் தரகர்.

மாடு வாங்குவதே, தினசரி ஃப்ரெஷ்ஷாகப் பால் கறந்து குடிப்பதற்குதான். அந்த மாடு வாரம் ரெண்டு நாள்மட்டும் ஒழுங்காகப் பால் கறந்து என்ன பிரயோஜனம்?

மாடுகளையும் மனிதர்களையும் ஒப்பிடுகிறோமே என்று கோபப்படாதீர்கள், நிறுவனங்கள் தன்னுடைய ஊழியர்களிடம் எதிர்பார்க்கும் முக்கியமான குணம், ஒழுங்கான வருகை. ஆங்கிலத்தில் 'அட்டெண்டன்ஸ்' என்று சொல்வார்கள்.

ஒருவர் பிரமாதமாக வேலை செய்யக்கூடியவர். அவருடைய பணியில் ஒரு சின்னப் பிசிறுகூட இருக்காது, அத்தனையையும் கச்சிதமாக முடித்துவிடுவார். நிறுவனத்தில் எல்லோரும் அவரைப் பாராட்டுகிறார்கள்.

ஆனால் அவருக்கு, வீட்டில் ஏகப்பட்ட பிரச்னைகள். அதனால், மாதத்துக்கு நான்கு நாளாவது லீவ் போட்டுவிடுவார். அப்போதெல்லாம், வேலைகள் தடைபடும், வேறு யாராவது அதை ஏற்றுக்கொண்டு அரைகுறையாக முடிக்கவேண்டியிருக்கும்.

பிரச்னை புரிகிறதில்லையா? லீவ் போடுவது நம்முடைய உரிமை, அதற்கு நம்மிடம் நியாயமான காரணங்கள் இருக்கலாம். ஆனால் அதேசமயம், அடிக்கடி அலுவலகத்துக்கு வராமல் இருப்பது நிறுவனத்துக்குதான் இழப்பு.

சிலர் சொல்வார்கள், 'எனக்கு ஆஃபீஸ்தான் முதல் மனைவி'. ஒருவிதத்தில், நிறுவனங்கள் நம்மிடம் அப்படிப்பட்ட அர்ப்பணிப்புணர்வைதான் எதிர்நோக்குகின்றன. ஒருநாள் சாப்பிடாவிட்டால், தூங்காவிட்டால் உடம்பு தடுமாறுகிறதில்லையா? அங்கே நாம் 'ஆப்ஸென்ட்' ஆவதில்லையே, அதுபோல்தான் அலுவலகப் பணிகளையும் நினைக்கவேண்டும். தவிர்க்கமுடியாத காரணங்கள் இருந்தாலொழிய, அநாவசியமாக அலுவலகத்துக்கு மட்டம் போடக்கூடாது என்பது நிறுவனங்களின் எதிர்பார்ப்பு.

இந்தப் பழக்கம், நமக்குப் பள்ளி, கல்லூரியில் இருந்தே வரவேண்டும், அடிக்கடி க்ளாஸைக் கட்டடித்துவிட்டு சினிமாவுக்குப் போவது, கிரிக்கெட் மேட்ச் பார்ப்பது என்று அலைகிறவர்கள்கூட, வேலை என்று வரும்போது இந்த மனப்போக்கை மாற்றிக்கொள்ளவேண்டும்.

இப்போதெல்லாம், பல நிறுவனங்கள் தங்களுடைய வருங்கால ஊழியர்களைத் தேர்ந்தெடுப்பதற்குமுன், அவர்களுடைய கல்லூரி வருகைப் பதிவேடு / அட்டெண்டன்ஸைக்கூடக் கவனிப்பதாகச் சொல்கிறார்கள், ஜாக்கிரதை மக்கா!

23. தனிப்பட்ட ஆற்றல், உற்சாகமாக வேலை பார்க்கும் தன்மை (Personal Energy)

இப்போதெல்லாம், பெரும்பாலான வங்கிகள் ஞாயிற்றுக் கிழமைகளில்கூடத் திறந்துவைத்திருக்கிறார்கள்.

அப்படி ஒரு வங்கியைத் தேர்ந்தெடுத்துக்கொள்ளுங்கள், சரியாக மதியம் சாப்பாட்டு நேரத்தில் உள்ளே நுழையுங்கள், அங்கிருக்கும் ஊழியர்கள் ஒவ்வொருவரையும் கவனித்துப் பாருங்கள்.

சிலர், அந்த நேரத்திலும் உற்சாகமாக வேலை செய்து கொண்டிருப்பார்கள், வருகிற வாடிக்கையாளர்களிடம் இனிமையாகப் பேசுவார்கள், அவர்களுக்குத் தேவையான தகவல்களைக் கொடுத்து, வேண்டிய சேவைகளைச் செய்து வழியனுப்பிவைப்பார்கள்.

ஆனால் மற்றவர்கள்? 'ஞாயிற்றுக்கிழமை எல்லோரும் ஓய்வெடுப்பார்கள். ஆனால் நான், இன்றைக்கும் வேலை செய்யவேண்டியிருக்கிறதே' என்கிற கடுப்பு முகத்தில் பொங்க, கோபமாக அமர்ந்திருப்பார்கள். வாடிக்கையாளர்களின் சின்னச் சின்ன தவறுகளுக்கும் எரிந்து விழுவார்கள், எப்போது வங்கி முடியும் என்று காத்திருப்பார்கள்.

இந்த இரண்டு வகை ஊழியர்களும், எல்லா நிறுவனங்களிலும் இருக்கிறார்கள். இவர்களுக்கிடையே ஒரே

வித்தியாசம், தனிப்பட்ட ஆற்றல், தங்களைத் தாங்களே உற்சாகப்படுத்திக்கொண்டு வேலை பார்க்கும் தன்மை!

ஒரு விஷயம் நமக்குப் பிடிக்கிறது என்றால், மனதாரச் செய்யவேண்டும், ஆற்றில் இறங்கி நீச்சல் அடிப்பதுபோல. அதே விஷயம், நமக்குப் பிடிக்காவிட்டால், அதிலிருந்து விலகிவிடவேண்டும், கரையிலேயே நின்றுவிடவேண்டும்.

இந்த இரண்டும் இல்லாமல், ஆற்றில் குதித்துவிட்டு, நீச்சலடிக்காமல் யோசித்துக்கொண்டிருந்தால் ஆபத்து, வெள்ளம் நம்மை அடித்துச் சென்றுவிடும்.

சில வேலைகளை, நாமே தேர்ந்தெடுத்துச் செய்கிறோம், வேறு சில வேலைகள் நம்மீது சுமத்தப்படுகின்றன. ஆனால் அந்தக் கோபத்தை, மற்றவர்கள்மீது காண்பித்தால், உற்சாகமில்லாமல் கடமைக்கு வேலை செய்தால், நம்முடைய தோல்வியை நாமே ஏற்படுத்திக்கொள்கிறோம் என்றுதான் அர்த்தம். அப்படிப்பட்ட ஊழியர்களால் நிறுவனத்துக்கு எந்தப் பலனும் இல்லை.

நம்முடைய இந்தத் தனிப்பட்ட உற்சாகக் குணத்தை, நிறுவனங்கள் நேர்முகத் தேர்வின்போதே கவனித்துவிடுகிறார்கள். மணிக்கணக்காகத் தொடர்ந்து கேள்விகளைக் கேட்டு, ஒருவர் சலிப்படைகிறாரா, அல்லது முதல் கேள்விக்குக் காட்டிய அதே உற்சாகத்துடன் கடைசிக் கேள்விக்கும் பதில் சொல்கிறாரா என்பதைக் குறிப்பெடுத்துக்கொள்கிறார்கள்.

உற்சாகத்தை யாரும் நமக்குச் சொல்லித்தரமுடியாது, எதைச் செய்தாலும் ரசித்துச் செய்யவேண்டும் என்பது பழகவேண்டும், அப்போது உற்சாகம் தானாக வரும்.

24. அனுபவம் (Work Experience)

சில வேலைகளுக்கு, புதியவர்களைத் தேர்ந்தெடுப்பார்கள். கல்லூரிப் படிப்பை முடித்துவிட்டு வெளியே வருகிறவர்கள் இதுபோன்ற வேலைகளில் நேரடியாகச் சேர்ந்து பணியாற்றத் தொடங்கலாம்.

ஆனால், வேறு சில பணிகளுக்கு அனுபவம் என்பது முக்கியமாகிறது. இந்தத் துறையில் இல்லாவிட்டாலும், கிட்டத்தட்ட இதேமாதிரியான வேறொரு துறையில் உங்களுக்கு அனுபவம் உண்டா, அங்கே நீங்கள் என்ன செய்திருக்கிறீர்கள் என்பதைக் கவனிப்பார்கள்.

எடுத்துக்காட்டாக, ஒரு கணினி மென்பொருள் (சாஃப்ட்வேர்) நிறுவனத்தின் மேலாளர் பொறுப்பு, அதை ஒரு புதியவரிடம் ஒப்படைக்கமுடியுமா?

வாய்ப்பே இல்லை. ஏற்கெனவே இன்னொரு சாஃப்ட்வேர் நிறுவனத்தில் மேலாளராகப் பணியாற்றி அனுபவம் பெற்றவர்தான் இதற்குச் சரிப்படுவார். அப்படி ஒருவர் கிடைக்காவிட்டால், ஒரு வங்கி அதிகாரி, அல்லது எலக்ட்ரானிக்ஸ் நிறுவனத்தின் மேலாளரைத் தேர்ந்தெடுப்பார்கள்.

இந்த அனுபவமெல்லாம் நம்மிடம் இல்லை, அப்போது என்ன செய்வது?

கவலையே வேண்டாம். நாம் எந்தமாதிரியான வேலைகளுக்கு விண்ணப்பம் செய்கிறோம் என்பதைக் கவனித்து, அந்தத் துறை சார்ந்த பயிற்சிகளில் ஈடுபடலாம். எடுத்துக்காட்டாக, சாஃப்ட்வேர் நிறுவனத்தில் வேலைக்குச் சேர விரும்பும் ஒருவர், கல்லூரியில் படிக்கும்போதே சாஃப்ட்வேர் ப்ராஜெக்ட்களைத் தேர்ந்தெடுத்துச் செய்யலாம். அலுவலக நிர்வாகம், கணக்கு மேலாண்மை செய்ய விரும்பும் ஒருவர், கோடை விடுமுறையில் உறவினர் ஒருவருடைய அலுவலகத்தில் பகுதி நேரமாக வேலை பார்க்கலாம். இப்படி நம்முடைய அனுபவத்தை நாமேதான் உருவாக்கிக்கொள்ளவேண்டும்.

இந்தியாவில் எந்தத் துறையை எடுத்துக்கொண்டாலும், நூறு பெரிய நிறுவனங்கள் இருந்தால், ஆயிரம், லட்சம் சிறிய, சின்னஞ்சிறிய நிறுவனங்கள் இருக்கின்றன. நம்முடைய இலக்கு பெரிய நிறுவனங்களாக இருக்கலாம், ஆனால் அது கிடைக்கும்வரை, இந்தச் சிறிய நிறுவனங்களில் பணியாற்றி

அனுபவம் சேர்த்துக்கொள்வது சாமர்த்தியம்.

நல்ல வாய்ப்புக் கிடைக்கும்வரை, கிடைத்த வாய்ப்பைப் பயன்படுத்திக்கொள்ளலாம் என்பதுதான் இந்தக் காலத்தில் எதார்த்தம், புத்திசாலித்தனம். இதில் நமக்கு அதிகம் சம்பளம் கிடைக்காமல் போகலாம். ஆனால் அந்த அனுபவம், கோடி ரூபாய் கொட்டிக் கொடுத்தாலும் கிடைக்காது.

இதற்குச் சிறந்த எடுத்துக்காட்டு, சாஃப்ட்வேர் துறையில் உள்ள இளைஞர்கள். இன்ஃபோசிஸ், விப்ரோ போன்ற பெரிய நிறுவனங்களில் சேர விரும்புகிறவர்கள், வெளிநாடு சென்று பணியாற்றி, டாலர்களில் கொழிக்க விரும்புகிறவர்கள் ஏராளம். ஆனால் அவர்கள் எல்லோருக்கும் இதுபோன்ற வாய்ப்புகள் உடனே கிடைத்துவிடுவதில்லை.

அப்போதெல்லாம், அவர்கள் உள்ளூரில் குறைந்த சம்பளத்தில் (அல்லது சம்பளமே இல்லாமல்) கிடைக்கும் வேலைகளில் சேர்கிறார்கள், கடினமாக உழைக்கிறார்கள், ஒருபக்கம் பணி அனுபவம் சேர்கிறது, இன்னொருபக்கம் புதிய விஷயங்களைக் கற்றுக்கொள்ளமுடிகிறது, தொடர்ந்து பெரிய வாய்ப்புகளுக்கு முயன்று, சரியான சந்தர்ப்பத்தில் மேலே தாவுகிறார்கள்.

இந்த ஃபார்முலாவை, நாம் எந்தத் துறையிலும் பயன்படுத்தமுடியும். நேர்மையான வழியில் சேகரிக்கிற எந்த அனுபவமும் உசத்தியானதுதான், அது நமக்கு இன்னும் சிறப்பான ஒரு வேலையைப் பெற்றுத்தரும் என்பது நிச்சயம்!

25. அளவிடும் திறமை (Ability To Measure)

38. அளவிடுகிற, கணக்கிடுகிற சாதனங்களைப் பயன்படுத்தும் திறமை (Use Of Rulers And Calculators)

ராணுவத்தில் சேர்கிறவர்கள், கண்ணாடி போட்டுக் கொண்டிருக்கக்கூடாது என்று ஒரு விதிமுறை உண்டு. தெரியுமா?

மற்ற வேலைகளுக்கெல்லாம், சோடா புட்டிக்காரர்களைக்கூட அனுமதிக்கிறார்கள். ஆனால் ராணுவம் போன்ற சில

துறைகளில்மட்டும் சின்ன பார்வைக் குறைபாடு இருந்தால்கூட நிராகரித்துவிடுவார்கள். இதற்கு ஒரு முக்கியமான காரணம் இருக்கிறது.

சில நுணுக்கமான இயந்திரங்கள், சாதனங்கள், அல்லது ஆயுதங்களைப் பயன்படுத்தும்போது, அவற்றைக் கச்சிதமாகக் கவனித்து அளவிடுவது முக்கியம். ஒரு சின்னப் பிசிறு ஏற்பட்டாலும், நிலைமை விபரீதமாகிவிடக்கூடும்.

அதிகம் வேண்டாம், நம் வீட்டில் உள்ள மைக்ரோவேவ் அவன் கருவியை எடுத்துக்கொள்ளுங்கள். அதில் ஒரு பொருளை வைத்து, வழக்கத்தைவிடக் கூடுதல் வெப்பநிலையை அமைத்துவிட்டால், அல்லது அதிக நேரம் சூடு செய்துவிட்டால் போச்சு, வாயில் வைக்கமுடியாதபடி கருகிவிடுகிறது.

எங்கள் அலுவலகத்தில் சுரேந்தர் ராவ் என்று ஒருவர் இருக்கிறார், ஐம்பத்தேழு வயதிலும் சுறுசுறுப்பாக வேலை பார்க்கும் அக்கவுன்டன்ட் அவர்.

ஆனால், அவரிடம் ஒரு பெரிய பிரச்னை, எந்தக் கணக்குக்கும் கால்குலேட்டர் பயன்படுத்தமாட்டார். பக்கம் பக்கமாக நீளும் கணக்குகளைக்கூட, மகாத்மா காந்தி சைஸ் எலிப்புளுக்கை பென்சிலைக் கொண்டு நிதானமாகச் செய்துகொண்டிருப்பார். அவ்வப்போது தவறுகள் வரும், ரப்பர் கொண்டு பழைய கூட்டுத்தொகையை அழித்துவிட்டு, மறுபடி ஆரம்பத்திலிருந்து கூட்டுவார்

‘ஏன் இத்தனை அவஸ்தை? பேசாமல் கால்குலேட்டர் பயன்படுத்துங்களேன்’ என்றால் அவருடைய பதில், ‘ஸாரிங்க, எனக்கு அதெல்லாம் பயன்படுத்தத் தெரியாது’

கால்குலேட்டர் ஒரு சாதாரண விஷயம். அதைப் பயன்படுத்துவதற்கு பிஹெச்டி படிப்பா தேவைப்படுகிறது? சுரேந்தர் ராவுக்கு ஏனோ, அந்தக் கருவியைப் பயன்படுத்தப் பிடிக்கவில்லை, வறட்டுச் சமாதானங்களைச் சொல்லித் தட்டிக்கழித்துக் கொண்டிருக்கிறார்.

சுரேந்தர் ராவுக்கு கால்குலேட்டர் என்றால், நமக்கு கம்ப்யூட்டராக இருக்கலாம், அல்லது வேறொரு சாதனமாக இருக்கலாம், ஏதோ மனத்தடை காரணமாக அதனைத் தவிர்த்தால், அதுவே நமது முன்னேற்றத்துக்குத் தடையாகிவிடும்.

நல்லவேளையாக, இது எல்லாப் பணிகளுக்கும் பொருந்துகிற விஷயம் அல்ல. சில தொழில்களுக்குமட்டும், இந்த அளவிடும் திறமை ஓர் இன்றியமையாத குணமாக இருக்கிறது. அந்தப் பணிகளுக்கு விண்ணப்பிக்க விரும்புகிறவர்கள்மட்டும் இதனை அறிந்து, தேவையான பயிற்சிகளை எடுத்துக்கொள்வது அவசியம்.

27. முந்தைய வேலைத் திறமை, சாதனைகள் (Good Work History)

இதுவும் வேலை அனுபவத்தின் ஒரு பகுதிதான். ஆனால், இங்கே ஒரு முக்கியமான வேறுபாடு இருக்கிறது.

அனுபவம் என்பது, வெறுமனே நீங்கள் எத்தனை வருடம் வேலை பார்த்தீர்கள் என்கிற கணக்கு. மூன்று மாதம், இரண்டு வருடம், ஐந்து வருடம் என்று காலத்தின் அடிப்படையில்தான் அனுபவத்தைச் சொல்வார்கள்.

ஆனால், அந்த மூன்று மாதமோ, இரண்டு வருடமோ, ஐந்து வருடமோ, நீங்கள் எப்படி வேலை பார்த்தீர்கள்? அது முக்கியம் இல்லையா?

எடுத்துக்காட்டாக, ஒருவர் ஒரு பெரிய கல்லூரியில் ஆசிரியராக வேலைக்குச் சேர்கிறார். ஆனால், அவருக்குப் பாடம் சொல்லித்தருகிற திறமை சுத்தமாக இல்லை. ஏனோதானோ என்று வகுப்புகளை நடத்துகிறார், கடைசியில் மாணவர்களே அவர்மீது குற்றம் சாட்டி, நிர்வாகம் அவரை வெளியே அனுப்பிவிட்டது.

இப்போது அவர், இன்னொரு கல்லூரியில் வேலைக்குச் சேர விண்ணப்பம் செய்கிறார். பழைய ‘அனுபவ’த்தின் அடிப்படையில், இவர்கள் அவரை வேலைக்குச் சேர்த்துக்கொள்ளலாமா?

வித்தியாசம் புரிகிறதில்லையா? அனுபவம் என்பது வெறும் மாத, வருடக் கணக்கு, ஆனால் அந்தக் காலகட்டத்தில் நாம் என்ன சாதித்தோம் என்பதும் இங்கே முக்கியமாகக் கவனிக்கப்படுகிறது.

நாம் ஒரு வேலையில் ஈடுபடுகிறபோது, நம்முடைய தினசரிக் கடமைகளை நிறைவேற்றுகிறோம். அவற்றையெல்லாம் நாம் சாதனைகளாக நினைப்பதில்லை, எங்கேயும் குறித்துவைப்பதில்லை.

இது மிகவும் தவறான பழக்கம் என்கிறார்கள் மனித வளத்துறை நிபுணர்கள். நம்முடைய வேலையில் இருக்கும் ப்ளஸ், மைனஸ், நமக்குக் கிடைத்த பாராட்டுகள், அதன்மூலம் நிறுவனத்துக்குக் கிடைத்த நன்மைகள் சகலத்தையும் குறிப்புகளாக எழுதிச் சேமிப்பது நல்லது.

ஆனால், இந்தக் குறிப்புகளை எங்கே எழுதிவைப்பது?

மிக எளிய உத்தி, அலுவல் பணிகளுக்கென்று ஒரு டைரி ஒதுக்குவது, இதில் தனிப்பட்ட விஷயங்களையெல்லாம் எழுதாமல், பணி சார்ந்த, முக்கியமான சாதனைகள், திருப்பங்களைமட்டும் குறித்துவைக்கலாம். ஒவ்வொரு மூன்று மாத இறுதியில், இதிலிருந்து முக்கியமான விஷயங்களைத் தேர்ந்தெடுத்து, நம்முடைய ‘பயோடேட்டா’வுக்கு இடம் மாற்றலாம்.

இதையெல்லாம் செய்வதற்கு மிஞ்சிப்போனால் நமக்கு வாரம் ஒரு மணி நேரம் செலவாகும். ஆனால், வருடக்கடைசியில் அந்த டைரியை, நமது ‘பயோடேட்டா’வைப் புரட்டிப்பார்த்தால், ஆஹா, இவ்வளவு செய்திருக்கிறோமா என்று மலைப்பாக இருக்கும்.

இந்த விஷயத்தில் நாம் கூச்சப்படுவது ஆகாது. பழைய வேலையில் நான் அதைச் செய்தேன், இதைச் செய்தேன் என்று பொய்யாக அளந்துவிடுவதுதான் தவறு, உண்மையாகவே செய்த விஷயங்களை எடுத்துச்சொல்லி, ‘என்னுடைய

தகுதி உயர்வானது' என்று சொல்வதில் எந்தப் பிழையும் இல்லை. சொல்லப்போனால், அப்படித் தங்களுடைய ப்ளஸ்களை அறிந்திருக்கிற, வெளிப்படையாக அதுபற்றிச் சொல்கிறவர்களைத்தான் நிறுவனங்கள் விரும்புகின்றன.

அதேசமயம், இதைச் சொல்லும் விதத்தில் கவனமாக இருங்கள். பேச்சில் தன்னம்பிக்கை தொனி இருக்கவேண்டும், ஆனால் கர்வம் தலைகாட்டிவிடக்கூடாது! சொல்லவேண்டிய விதத்தில் நமது சாதனைகளை அழுத்தமாக, அதே நேரம் பணிவோடும் எடுத்துச் சொன்னால், எப்பேர்ப்பட்ட நிறுவனத்தையும், அதிகாரியையும் கவர்ந்துவிடலாம்.

28. தொழில் தர்மம் / பணி ஒழுக்கம் (Positive Work Ethic)

இந்தியாமுழுவதும் பிரபலமான நடிகை அவர். ஒரு சில மாதங்களுக்கு முன்புதான் திருமணம் செய்துகொண்ட அவர், திடீரென்று விவாகரத்து கோரி நீதிமன்றப் படிகளில் ஏறிவிட்டார்.

அவ்வளவுதான், பத்திரிகைகள், தொலைக்காட்சி நிலையங்கள் பரபரப்பாகிவிட்டன. ஏன் விவாகரத்து, என்ன காரணம், அவர்கள் வீட்டில் என்னென்ன பிரச்னைகள் என்று தெரிந்துகொண்டு செய்தி வெளியிடத் துடித்தார்கள்.

இவர்கள் எல்லோரும் நேராகச் சென்று மொய்த்தது, அந்த நடிகையின் வழக்கறிஞரைத்தான், 'உங்களுக்குதான் எல்லா விஷயமும் தெரிந்திருக்கும், எங்களுடைய வாசகர்களுக்காக அதைச் சொல்லமுடியுமா?'

அந்த வழக்கறிஞர் எந்தக் கேள்விக்கும் பதில் சொல்ல மறுத்துவிட்டார், 'அவர் என்னுடைய க்ளையன்ட், என்னை நம்பித் தன்னுடைய பிரச்னையை ஒப்படைத்திருக்கும் வாடிக்கையாளர், அவருடைய தனிப்பட்ட விவரங்களை வெளியே சொல்வது, என்னுடைய தொழில் தர்மத்துக்கு எதிரானது'

யோசித்துப் பாருங்கள், நம் ஒவ்வொருவருக்கும் அந்தத் ‘தொழில் தர்மம்’ இருக்கிறதா? இல்லையா?

எத்தனையோ பேர், அலுவலகப் பிரச்னைகளை வீட்டில் வந்து சொல்கிறார்கள், அதுகூடப் பரவாயில்லை, நடுத்தெருவில் செல்ஃபோனில் கத்திப் பேசுகிறார்கள், அது யார் காதில் விழும், அந்தத் தகவலைப் பயன்படுத்தி அவர்கள் என்ன செய்வார்கள் என்பதில் அவர்களுக்குக் கொஞ்சமாவது அக்கறை இருக்கிறதா?

‘இது ஒரு பெரிய விஷயமா?’ என்று அலட்சியமாக நினைக்கவேண்டாம். ஒருவரை வேலைக்குச் சேர்க்கும் நிறுவனம், அந்த விநாடியிலிருந்து, அவர்களையும் தங்களுடைய ஒரு பகுதியாகவே நினைக்கத் தொடங்கிவிடுகிறது. தங்களுடைய தொழில் சம்பந்தப்பட்ட சகல விவரங்களையும் அவர்களிடம் வெளிப்படையாகப் பகிர்ந்துகொள்கிறது.

பதிலுக்கு, அவர்கள் நம்மிடம் எதிர்பார்ப்பது என்ன? நான் சொல்லும் தகவல்களைப் பயன்படுத்தி, நீ இந்த வேலையைச் செய்து முடிக்கவேண்டும், மற்றபடி இந்த விவரங்கள் வேறு யாருக்கும் தெரியக்கூடாது, நமக்குள் இருக்கவேண்டும்!

இதை அவர்கள் நேரடியாகச் சொல்வதில்லை. ஆனால் நாம் ஒரு வேலையில் சேரும்போது அப்பாயிண்ட்மெண்ட் ஆர்டரில் கையெழுத்துப் போடுகிறோமே, அது ஓர் ஒப்பந்தம், அதில் இதுவும் ஒரு பகுதி.

ஆக, சம்பளத்துக்கு வேலை செய்கிற எல்லோருக்கும், தங்களுடைய தொழில் சார்ந்த ரகசியங்களைக் காப்பாற்றவேண்டியது ஒரு கடமை. ஒரு வழக்கறிஞர், மருத்துவர் நம்முடைய விவரங்களை வெளியே சொல்லக்கூடாது என்று எதிர்பார்க்கிறோமே, அதேபோல், நாமும் நமக்குத் தரப்பட்டிருக்கிற அலுவல் சார்ந்த விவரங்களைக் காப்பாற்றவேண்டும், மிரட்டி, அடித்து, உதைத்துக் கேட்டால்கூட, சொல்லக்கூடாது, அதுதான் நம்முடைய ‘தொழில் தர்மம்’.

இன்னொரு வகைத் தொழில் தர்மமும் உண்டு, எந்தச் சூழ்நிலையிலும் வாடிக்கையாளர்களின் நலனுக்காகப் பாடுபடுவது!

சாதாரண முதுகு வலி என்று வருகிற ஒருவரை, கொஞ்சம் எக்ஸ்ட்ரா கமிஷன் கிடைக்கிறது என்பதற்காக ஒரு மருத்துவர் 'ஸ்கேன்' எடுக்கச் சொல்கிறார் என்று வைத்துக்கொள்வோம், அது அவருடைய தொழில் தர்மத்துக்கு எதிரானது. காரணம், அவர் வாடிக்கையாளருக்குச் சிகிச்சை அளிப்பதில் கவனம் செலுத்தாமல், தனக்குச் சில்லறை தேற்றுவதில்தான் கவனமாக இருக்கிறார்.

நம்முடைய அலுவலகத்துக்கு ஒரு வாடிக்கையாளர் வருகிறார், ஒரு குறிப்பிட்ட விவரத்தைக் கேட்கிறார். கொஞ்சம் முயன்றால், பத்து நிமிடத்தில் அந்தத் தகவலைத் திரட்டிக் கொடுத்துவிடலாம்.

ஆனால் நமக்கு, சோம்பலாக இருக்கிறது. 'போய்ட்டு அடுத்த செவ்வாய்க்கிழமை வாங்க, எல்லாம் ரெடியா இருக்கும்' என்று அவரை அனுப்பிவைத்துவிடுகிறோம்.

இதெல்லாம் தொழில் தர்மத்துக்கு எதிரானதுமட்டுமல்ல, ஒரு நிறுவனத்தின் எதிர்காலத்தையே தோண்டிப் புதைத்துவிடக்கூடியது. இப்படிப்பட்ட ஊழியர்களை எந்த நிறுவனமும் விரும்புவதில்லை, தேர்ந்தெடுப்பதில்லை!

29. அடுத்தவர்களிடம் பழகும் தன்மை (Interpersonal Skills)

57. அலுவலகச் சூழலை உணர்ந்து, நம்மோடு பணிபுரிகிறவர்களைப் புரிந்துகொண்டு செயல்படுவது (Ability To Relate To Coworkers In A Close Environment)

'பழகத் தெரிய வேணும், உலகில் பார்த்து நடக்க வேணும்' என்று ஒரு பழைய பாட்டு உண்டு.

அசாத்தியத் திறமைசாலிகள்கூட, பரிதாபமாகக் கோட்டை

விடும் இடம் இது. அதேசமயம், சாதாரண மனிதர்கள்கூட இதில் கொடிகட்டிப் பறப்பதைப் பார்க்கலாம்.

அதிகம் வேண்டாம், ஒருவரிடம் நாம் உதவி கேட்கவேண்டும், இன்னொருவரை நாம் வழிநடத்தவேண்டும், இந்த இரண்டையும் எப்படிச் செய்யவேண்டும் என்பது நமக்குத் தெரியுமா?

பழகும் தன்மை என்பது, சூழ்நிலைக்கேற்ப, நாம் பழகும் மனிதர்களுக்கு ஏற்ப மாறுபடும். ஒரு சின்ன எடுத்துக்காட்டு, நம்முடைய மேலதிகாரியின் அறைக்குள் செல்வதற்குமுன், கதவைத் தட்டி அனுமதி கேட்டுவிட்டு, அதன்பிறகுதான் உள்ளே நுழையவேண்டும்.

ஆனால் ஒரு சக ஊழியர், பக்கத்து மேஜையில் அமர்ந்திருக்கிறார். அவரிடம் பேசுவதற்கு, அவருடைய மேஜையை லொட்டு லொட்டென்று தட்டிக்கொண்டிருக்கவேண்டிய அவசியம் இல்லை.

அதற்காக, சட்டென்று அவர்கள்மேல் பாய்ந்து, 'இந்த வேலையை எனக்கு உடனடியா முடிச்சுக் கொடு' என்று சொல்வதும் தவறு. அவர் ஏற்கெனவே என்னென்ன தலைவலிகளில் மூழ்கிக் கிடக்கிறாரோ, யாருக்குத் தெரியும்? அவரைப் போய் நாம் இப்படி மிரட்டினால், 'போய்யா சர்த்தான்' என்று கடுப்பாகிவிடுவார், நம்முடைய வேலை நடக்காது.

ஆக, இந்த இரண்டுக்கும் நடுவே ஒன்று செய்யலாம், 'என்னய்யா? பிஸியா இருக்கியா?' என்று சகஜமாகக் கேட்கலாம்.

உடனே அவர், 'ஆமாம்ப்பா, கொஞ்சம் பிஸி' என்று சொல்வார், அல்லது 'இல்லை, ஃப்ரீதான், என்ன விஷயம்?' என்பார். அவருடைய பதில் எதுவானாலும், நாம் முதலில் 'பிஸியா?' என்று அக்கறையோடு விசாரித்த காரணத்தால் அவரும் நம் விஷயத்தில் அக்கறை காட்டுவார், நாம் சொல்வதைக் காது கொடுத்துக் கேட்பார், முடிந்தவரை நேரம் ஒதுக்கி நமக்கு வேண்டியதைச் செய்து தருவார்.

இதேபோல், நம்மைச் சுற்றியுள்ளவர்களிடம் பழகுவதற்கு, நமக்கு வேண்டிய உதவியை, ஒத்துழைப்பைப் பெற்றுக்கொள்வதற்குப் பல வழிகள் இருக்கின்றன. அவற்றைச் சரியானபடி பயன்படுத்திக்கொள்ளும்போது, நாம் அவர்களைக் காயப்படுத்திவிடாமல், அதேசமயம் நமக்கு வேண்டியதையும் சாதித்துக்கொண்டுவிடலாம். இந்த ஒரு குணம் போதும், நாம் மற்றவர்களைவிடப் பலமடங்கு முன்னேறிச் செல்லமுடியும்.

30. அடுத்தவர்களை ஊக்குவிக்கும் திறமை (Motivational Skills)

பெங்களூரிலிருந்து ஓர் இளைஞர், குமுதம் பத்திரிகைக்கு ஒரு சிறுகதை எழுதி அனுப்பியிருந்தார்.

அப்போதைய 'குமுதம்' ஆசிரியர், எஸ்.ஏ.பி.க்கு இந்தக் கதை மிகவும் பிடித்திருந்தது. உடனடியாக அதனை வெளியிடுவதற்கு ஏற்பாடு செய்தார் அவர்.

அதோடு நிறுத்தவில்லை. வெளியான கதைக்குச் சன்மானம் அனுப்பும்போது, 'உங்கள் கதை நன்றாக இருந்தது, தொடர்ந்து எழுதுங்கள்' என்று இரண்டு வரிக் குறிப்பும் எழுதி அனுப்பினார் எஸ்.ஏ.பி.

பெங்களூரைச் சேர்ந்த அந்தப் புது எழுத்தாளருக்கு இந்தப் பாராட்டு மிகப் பெரிய ஊக்கமாக இருந்தது. அந்த உற்சாகத்திலேயே, அவர் தொடர்ந்து பல கதைகள், நாவல்கள், கட்டுரைத் தொடர்கள் எழுதிப் புகழ் பெற்றார்.

அந்த இளைஞர், இன்றுவரை, தமிழின் உன்னத எழுத்தாளர்களில் ஒருவராக மதிக்கப்படும் சுஜாதா!

யோசித்துப்பாருங்கள், குமுதம் ஆசிரியர், பெயர் தெரியாத ஓர் இளைஞரின் கதையை வெளியிட்டதே பெரிய விஷயம் அதன்பிறகு, அவருக்கு இரண்டு வரிப் பாராட்டுக் குறிப்பு எழுதவேண்டும் என்று அவருக்கு என்ன அவசியம்?

இங்கேதான், மற்ற ஆசிரியர்களிடமிருந்து வித்தியாசப்படுகிறார்

எஸ். ஏ. பி. தன்னுடைய கடமை, இதழை வெளியிடுவதுமட்டுமல்ல, அதில் எழுதும் நல்ல திறமைசாலிகளை ஊக்குவிப்பதும்தான் என்று அவர் நினைத்திருக்கிறார். அந்த எண்ணம்தான், சுஜாதா என்கிற அற்புதமான எழுத்தாளர் வளர்வதற்கு உற்சாக விதையாக அமைந்திருக்கிறது.

ஒருவரை ஊக்கப்படுத்துவதற்கு, நாம் பெரிய அதிகாரியாக, எடிட்டராக, அரசியல் தலைவராக இருக்கவேண்டும் என்று அவசியமே இல்லை, ஒரு சில வார்த்தைகளைச் சரியான சந்தர்ப்பத்தில் பயன்படுத்தத் தெரிந்தாலே போதும், அவர்களுடைய உற்சாகத்துக்கு ஈடு, இணை இருக்காது.

வீட்டில் அம்மா சமைக்கிறார், அவசரமாக அள்ளிப்போட்டுக் கொண்டு வெளியே ஓடுகிறோம், அதற்குமுன்னால் ஒரு நிமிடம் நின்று, 'சாப்பாடு பிரமாதம்மா, உன் கைக்கு வைர மோதிரம்தான் போடணும்' என்று ஒரு வரி சொல்லிப் பாருங்கள், அவர்கள் முகத்தில் சந்தோஷம் பொங்கும், அடுத்தவேளைச் சாப்பாடு இன்னும் ருசியாக இருக்கும்.

நீங்கள் நிஜமாகவே வைர மோதிரம் போடப்போவதில்லை என்பது உங்களுக்கும் தெரியும், அவர்களுக்கும் தெரியும். ஆனாலும், அந்தப் பாராட்டு, ஊக்கம், அதுதான் அவர்களை மேலும் சிறப்பாகச் செயல்படத் தூண்டுகிறது.

இதே ஃபார்முலாவை நீங்கள் அலுவலகத்துக்கும் கொண்டுவரலாம். சக ஊழியர்களிடம், மேலதிகாரிகளிடம், வாடிக்கையாளர்களிடம் என எல்லோரும் ஒரு நல்ல பாராட்டுக்கு ஏங்குகிறவர்கள்தான், சரியான தருணங்களில் அவர்களைப் பாராட்டி, ஊக்கப்படுத்துவதால் அவர்களுக்கும் சந்தோஷம், நம்முடைய அலுவலக உறவுகளும் மேம்படும்.

பிரபல மேலாண்மை எழுத்தாளர்கள் கென் ப்ளன்சார்ட் (Ken Blanchard), ஸ்பென்ஸர் ஜான்ஸன் (Spencer Johnson) இருவரும் இதற்கென்றே ஒரு விசேஷ உத்தியைச் சிபாரிசு செய்கிறார்கள். அதன் பெயர், 'ஒரு நிமிடப் பாராட்டு' (One Minute Praise).

இதற்காக நாம் அதிக நேரம் செலவிடவேண்டியதில்லை, தினமும் ஒரே ஒரு நிமிடம் ஒதுக்கினால் போதும், அந்த ஒரு நிமிடத்தில், மற்றவர்கள் செய்கிற வேலைகளை யோசியுங்கள், ஒருவர் என்னதான் சொதப்பலாக வேலை செய்தாலும்கூட, அதில் ஏதாவது ஒரு நல்ல விஷயம் நிச்சயமாக இருக்கும். அதைத் தேடிக் கண்டுபிடியுங்கள், அதற்காக அவர்களைப் பாராட்டுங்கள்.

ஆரம்பத்தில் உங்களுக்கும் சரி, அவர்களுக்கும் சரி, இது கொஞ்சம் விநோதமான விஷயமாகத் தோன்றும், என்னடா இவன் வலுக்கட்டாயமாக வந்து நம்மைப் பாராட்டுகிறானே என்று நினைக்கத் தோன்றலாம். ஆனால் போகப்போக, அவர்களும் இந்தப் பாராட்டுகளை எதிர்பார்க்கத் தொடங்கிவிடுவார்கள், அதற்காகவே முன்பைவிடச் சிறப்பாக வேலை செய்வார்கள்.

ஆனால் ஒன்று, இது அளவு மீறிவிடாமல் பார்த்துக்கொள்ளுங்கள். ஒருவரை ஊக்கப்படுத்துவதற்கும், வேண்டுமென்றே 'முகஸ்துதி' செய்து புகழ்வதற்கும் வித்தியாசம் இருக்கிறது. அதைக் கவனித்து அதன்படி நடந்துகொண்டால், ஹார்லிக்ஸ், பூஸ்ட், போர்ன்விடாபோல, சக ஊழியர்களிடையே நாமும் ஓர் 'ஊக்க'சக்தியாகப் பெயர் வாங்கிவிடலாம்!

31. கல்விக்கு மரியாதை, மதிப்பு (Valuing Education)

33. கற்றுக்கொள்வதில் ஆர்வம், விருப்பம் (Willingness To Learn)

42. படித்துப் புரிந்துகொள்ளும் திறமை (Reading And Comprehension)

55. தொடர்ந்து படிக்கவும் பயிற்சி பெறவும் தயாராக இருத்தல் (Commitment To Continued Training And Learning)

மக்களை, மூன்று விதமாகப் பிரிக்கலாம்: கற்பூர புத்தி, கரி புத்தி, வாழைமட்டை புத்தி!

கற்பூரத்தின் அருகே நாம் நெருப்பைக் கொண்டுசென்றாலே போதும், சட்டென்று பற்றிக்கொண்டு எரிய ஆரம்பித்துவிடும். அதுபோல, 'கற்பூர புத்தி' கொண்டவர்கள், எதையும்

உடனடியாகப் புரிந்துகொண்டுவிடுவார்கள். எந்த ஒரு புது விஷயத்தையும் இவர்களுக்கு ஒருமுறை சொன்னால் போதும், திரும்பத் திரும்ப விளக்கவேண்டியதில்லை.

ஆனால் அடுப்புக் கரி அப்படி இல்லை. அதற்கு நெருப்பைப் பற்றவைத்து, ஊதவேண்டும், ரொம்ப நேரம் ஊதி ஊதி நம் மூச்சுக் காற்றெல்லாம் வற்றியபிறகுதான், அது பற்றிக்கொண்டு எரியும். அதுபோல, 'கரி புத்தி' கொண்டவர்கள், அறிவாளிகள்தான். ஆனால் ஒரே விஷயத்தைப் பலமுறை விளக்கமாகச் சொன்னால்தான் அவர்களுக்குப் புரியும்.

கடைசியாக, வாழைமட்டை, நாம் என்னதான் பல மணி நேரம் மெனக்கெட்டாலும், அதனை எரியவைக்கமுடியாது. அதுபோல, இந்த புத்தி கொண்டவர்கள் மண்டையில் ஒரு விஷயத்தைப் பதியவைப்பது மிக மிகச் சிரமம்!

முக்கியமான விஷயம், இந்த 'புத்தி' நாம் பிறக்கும்போதே நம் தலையில் எழுதிவைக்கப்படுவதில்லை, நம்முடைய ஜீன்களில் 'இந்த ஆள் ஓர் அடிமுட்டாள்' என்கிற செய்தி பதிவாகியிருப்பதில்லை. புத்தி என்பது, முழுக்க முழுக்க நாம் வரவழைத்துக்கொள்கிற விஷயம்தான். இதற்கு வேறு யாரும் பொறுப்பு அல்ல.

முதலில், கற்றுக்கொள்வது முக்கியம் என்கிற மனப்பான்மை நமக்கு வரவேண்டும். 'என்னத்தெ படிச்சு, என்னத்தெ செய்யறது' என்று விட்டேத்தியாக இருந்தால், காதில் விழுவதெல்லாம் இன்னொரு காதுவழியே சென்றுவிடும், எதுவும் மூளையில் தங்காது.

'கற்றது கை மண்ணளவு, கல்லாதது உலகளவு' என்று ஒரு பழமொழி உண்டு, இந்த உலகத்தில் நாம் கற்றுக்கொள்ளவேண்டிய விஷயங்கள் எத்தனையோ இருக்கிறது, நம்முடைய தொழில் / வேலை சார்ந்த விஷயங்கள்மட்டுமல்ல, புதிய மொழிகள், புதிய கலைகள், விளையாட்டுகள் என்று ஏகப்பட்ட விஷயங்களை நாம் கற்றுக்கொள்ளமுடியும், இத்தனையையும் நாம் பழகிக்கொள்ளத் தேவை ஒன்றே ஒன்றுதான், கற்றுக்கொள்ளும் ஆர்வம், விருப்பம்.

கிரேக்க நாட்டில் ஒரு தத்துவ அறிஞர். அவருடைய கருத்துகள் அரசுக்கு விரோதமானவை என்று குற்றம் சாட்டி, அவருக்கு மரண தண்டனை விதித்துவிட்டார்கள்.

நாளை காலை அவரைக் கொல்லப்போகிறார்கள். அதுகுறித்துக் கொஞ்சமும் கவலையில்லாமல் தனது கடைசி இரவைக் கழித்துக்கொண்டிருந்தார் அவர்.

அப்போது, பக்கத்து அறையிலிருந்து இனிமையான பாடல் ஒன்று மிதந்துவந்தது. அதைக் கேட்டதும், 'ஐயா, எனக்கு இந்தப் பாட்டைச் சொல்லித்தருவீர்களா?' என்று கேட்டார் அவர்.

இதைக் கேட்டதும், பக்கத்து ரூம் கைதிக்கு ஆச்சர்யம், 'ஐயா, நீங்களோ நாளைக் காலை சாகப்போகிறீர்கள், இப்போது இந்தப் பாட்டைக் கற்றுக்கொள்வதால் உங்களுக்கு என்ன பிரயோஜனம்?'

தத்துவ அறிஞர் சிரித்தார், 'நான் சாகப்போவது நிச்சயம். ஆனால் அதற்குமுன்னால், இன்னொரு புதிய விஷயத்தைத் தெரிந்துகொண்டால் தப்பில்லையே!'

மரணத்தின் வாசலில் இருக்கும்போதுகூட, புது விஷயங்களைக் கற்றுக்கொள்ளவேண்டும் என்று நினைப்பதுதான், கல்வியின் உச்சம். நாம் அந்த அளவுக்குப் போகாவிட்டாலும், நமது பணிக்குத் தேவையான சமாசாரங்கள், நவீன தொழில்நுட்பங்களையாவது அவ்வப்போது கற்றுக்கொண்டு நம்மை நாமே புதுப்பித்துக்கொள்ளவேண்டும்.

இதனால், நமக்கு இரட்டை லாபம். ஒன்று, தனிப்பட்டமுறையில் புது விஷயங்களைத் தெரிந்துகொள்வதன்மூலம் நமது அறிவு மேம்படுகிறது, அதை நாம் நிறுவன வளர்ச்சிக்குப் பயன்படுத்தினால், மற்றவர்களைவிட வேகமாக 'ஸ்கோர்' பண்ணலாம்!

ஆகவேதான், இப்போதெல்லாம் நேர்முகத் தேர்வுகளுக்கு வருகிறவர்களிடம், தவறாமல் இந்தக் கேள்வி கேட்கப்படுகிறது,

'நாளைக்கே இந்த நிறுவனம் பயன்படுத்துகிற தொழில்நுட்பம் மாறிவிடுகிறது, அப்போது என்ன செய்வீர்கள்?'

இந்தக் கேள்விக்கு அவர்கள் நம்மிடம் எதிர்பார்க்கும் பதில், 'தொழில்நுட்பம் மாறினால் என்ன? புதிதாக எது வந்தாலும், அதையும் கற்றுக்கொண்டு முன்னேறுவேன்' என்பதுதான். இது, வெறும் வார்த்தைகளாக இருந்துவிடாமல், உங்களுடைய வாழ்க்கைத் தத்துவமாகவே அமைந்துவிட்டால், உங்களுக்கும் நல்லது, உங்களை வேலைக்குச் சேர்க்கும் நிறுவனத்துக்கும் நல்லது!

32. தனிப்பட்ட ஈர்ப்பு சக்தி (Personal Chemistry)

திரைப்படங்களில் அல்லது தொலைக்காட்சியில் ஒரு நடிகர் / நடிகை தோன்றுகிறார், ஒரு ஜோடி சேர்ந்து ஆடுகிறது, அதைப் பார்க்கிறவர்கள் பிளந்த வாய் மூடாமல் ரசித்துக்கொண்டிருக்கிறார்கள்.

அப்போதெல்லாம் நாம் என்ன சொல்கிறோம், 'இந்த ஆளுக்கு ஒரு ஸ்க்ரீன் கெமிஸ்ட்ரி இருக்குப்பா?'

இந்த கெமிஸ்ட்ரிக்கும், நம்முடைய வாத்தியார்கள் பள்ளி, கல்லூரியில் சொல்லித்தந்த ரசாயனக் கலவைகளுக்கும் எந்தச் சம்பந்தமும் இல்லை. தன்னுடைய தோற்றம், உடைகள், பழகும் முறை போன்றவற்றின்மூலம், அந்த நபர் நம் மனத்தில் ஒரு வேதியியல் மாற்றத்தை உருவாக்குகிறார். அது நமக்குப் பிடித்துப்போகிறது, அவ்வளவுதான் விஷயம்.

ஆங்கிலத்தில் இதனை '*Personal Chemistry*' என்று அழைக்கிறோம். இந்த ஈர்ப்பு சக்தி, சிலருக்கு இயல்பாக வருகிறது. மற்றவர்கள் இதைத் தாங்களே உருவாக்கிக்கொள்கிறார்கள்.

இதற்கென்று நாம் தனியே பர்ஸனாலிட்டி வகுப்புகளுக்கெல்லாம் போகவேண்டியதில்லை. சில சின்னச் சின்ன உத்திகள், கண்ணியமாக உடுத்துவது, முகத்தில் எப்போதும் புன்னகை, சிநேக பாவம், நடவடிக்கைகளில் ஒரு நளினம், எந்தச்

சூழ்நிலையிலும் அடுத்தவர்கள்மீது கோபப்படாமல் உணர்ச்சிகளைக் கட்டுப்படுத்திக்கொள்கிற திறமை, மற்றவர்களின் சின்னச் சின்ன வேலைகளுக்குக்கூட நன்றி சொல்வது என்று ஒரு பெரிய பட்டியலே இருக்கிறது.

இதை உங்களுக்கு எந்தப் புத்தகமும் சொல்லித்தரமுடியாது, உங்கள் கணிப்பில் யாருக்கெல்லாம் இந்த கெமிஸ்ட்ரி இருக்கிறது என்று பாருங்கள், அவர்களை உங்களுக்கு ஏன் பிடிக்கிறது என்பதை யோசியுங்கள், அக்கம்பக்கத்தில் உள்ளவர்களையும் கேளுங்கள், என்னென்ன உத்திகளைப் பயன்படுத்தினால் நமக்கும் அது கைவரும் என்று தீர்மானித்துக்கொண்டு, அவற்றைப் பின்பற்றத் தொடங்குங்கள்.

செயற்கையாக உருவாக்கும் இந்த 'கெமிஸ்ட்ரி', ஆரம்பத்தில் போலித்தனமான நடிப்பாகத்தான் தொடங்கும். ஆனால் அதனை மனமாரப் புரிந்துகொண்டு பின்பற்றினால், போகப்போக அதுவே இயல்பாகிவிடும், நம்முடைய ஆளுமையின் ஒரு பகுதியாகிவிடும்.

34. பொது / அடிப்படை / சமுதாய அறிவு (Common Sense)

53. உலக ஞானம் (Understanding What The World Is All About)

நஸிருதீன் முல்லா தெருவில் நடந்து சென்றுகொண்டிருந்தார். எதிர்த் திசையில் நான்கு பேர் ஓடிவந்தார்கள். அவர்களை நிறுத்தி, 'என்னப்பா விஷயம்?' என்று விசாரித்தார் முல்லா.

'நாலு கண், ஏழு கை, மூணு காலோட ஒரு ராட்சஸன் நடந்து வர்றான்' அவர்கள் பதறியபடி சொல்லிவிட்டு, தொடர்ந்து ஓடினார்கள்.

அடுத்த நிமிடம், முல்லாவுக்கும் பயம் தொற்றிக்கொண்டது, 'ஐயோ ராட்சஸன்', திரும்பிப் பார்க்காமல் அவர்கள் சென்ற திசையிலேயே அவரும் தலைதெறிக்க ஓடினார்.

கொஞ்சம் பொறுங்கள் முல்லா, நிஜமாகவே நான்கு கண், ஏழு கை, மூன்று கால் கொண்ட ஒரு ராட்சஸன் இந்த

உலகத்தில் உண்டா? அவர்கள்தான் சொல்கிறார்கள், உங்கள் புத்தி எங்கே போச்சு?

இந்த 'புத்தி'யைப்பற்றிதான் நாம் இப்போது பேசப்போகிறோம். ஆங்கிலத்தில், 'காமன் சென்ஸ்' என்று அடிக்கடி சொல்லக் கேட்டிருப்பீர்கள்.

'*Common*' என்றால் பொதுவானது, எல்லோருக்கும் தெரிந்த, இந்தச் சமுதாயத்தில் நாம் இத்தனை ஆண்டுகளாகத் தெரிந்துகொண்ட அடிப்படை விஷயங்கள், இவற்றை நாம் பொருத்தமான தருணத்தில் பயன்படுத்தவேண்டும் என்றுதான் எல்லோரும் எதிர்பார்க்கிறார்கள்.

எடுத்துக்காட்டாக, ஒரு சமையல் குறிப்புப் புத்தகத்தை எடுத்துக்கொள்ளுங்கள், 'பாதாம் அல்வா' என்கிற பக்கத்தைப் புரட்டுங்கள், 'தேவையான பொருள்கள்' என்று ஒரு பெரிய லிஸ்ட் கொடுத்திருக்கிறார்கள். கீழேயே அந்தப் பொருள்களைப் பயன்படுத்தி எப்படி பாதாம் அல்வா சமைப்பது என்கிற விவரமும் தெளிவாகக் குறிப்பிடப்பட்டிருக்கிறது.

ஓர் அதிபுத்திசாலி, அந்தச் சமையல் குறிப்பில் இருந்த அத்தனை விஷயங்களையும் ஒன்றுவிடாமல் பின்பற்றினார். ஆனால், அவர் எதிர்பார்த்ததுபோல், 'பாதாம் அல்வா' உருவாகவில்லை, எல்லாப் பொருள்களும் பாத்திரத்தில் அப்படியே கிடந்தன.

என்னடா விஷயம் என்று விசாரித்தால், அவர் அடுப்பைப் பற்றவைக்கவில்லை. அப்புறம் எப்படி பாதம் அல்வா கிடைக்கும்?

விசாரித்தால், 'அடுப்பைப் பற்றவைக்கவேண்டும் என்று சமையல் குறிப்பில் இல்லையே' என்கிறார் அவர்.

உண்மைதான். ஆனால், எதைச் சமைப்பதற்கும் அடுப்பைப் பற்றவைக்கவேண்டும் என்பது ஓர் அடிப்படை விஷயம். இதையெல்லாம் எந்தச் சமையல் குறிப்புப் புத்தகத்திலும் குறிப்பிடமாட்டார்கள்.

'யாராவது அடுப்பைப் பற்றவைக்காமல் சமைக்க முயற்சி

செய்வார்களா?' என்று கேலியாகச் சிரிக்காதீர்கள், நாம் எல்லோருமே, வெவ்வேறு தருணங்களில் இந்த காமன் சென்ஸைக் கோட்டை விடுகிறோம். பெரிய அறிஞர்கள், மேதைகள்கூட இதற்கு விதிவிலக்கு இல்லை.

ஒரு பெரிய ஞானி, தன் வீட்டில் பூனை ஒன்றை வளர்த்தார், அந்தப் பூனை, ஏழு குட்டிகளைப் போட்டது. தாய்ப்பூனையும், ஏழு குட்டிகளும் வீட்டுக்குள் வந்துபோக வசதியாக இருக்குமே என்று, கதவில் ஒரு பெரிய ஓட்டை, ஏழு சிறிய ஓட்டைகளைப் போட்டார்.

எதற்கு எட்டு ஓட்டைகள்? பெரிய பூனை வரும் அதே வழியில் ஏழு சின்னப் பூனைகளும் வரமுடியாதா? இங்கேதான் அவருடைய காமன் சென்ஸ் வேலை செய்யவில்லை.

இப்படித் தங்களிடம் வேலைக்குச் சேர விரும்புகிறவர்கள், எந்த அளவு தங்களுடைய காமன் சென்ஸைப் பயன்படுத்துகிறார்கள் என்பதைப் பரிசோதிப்பதற்காகவே, நிறுவனங்கள் பல்வேறு தேர்வுகளை வைத்திருக்கிறார்கள், இன்டர்வ்யூவின்போது அவர்கள் கேட்கிற பல கேள்விகள், புதிர்கள் இதற்காகவே உருவாக்கப்பட்டிருக்கின்றன.

ஒரு சின்ன சாம்பிள் பாருங்கள்: ஓர் அறையில், ரமேஷும் சுரேஷும் இருக்கிறார்கள். திடீரென்று அந்த அறையில் இருந்த தண்ணீர் மொத்தமும் தீர்ந்துபோய்விடுகிறது.

உடனே, ரமேஷ் பெரிதாக அலட்டிக்கொள்ளாமல் உட்கார்ந்திருக்கிறான். ஆனால் சுரேஷ், 'ஐயோ, ஐயோ' என்று அலறியபடி பதறித் துடிக்கிறான். ஏன்?

இந்தக் கேள்விக்கு பதில், ரமேஷ் ஒரு பையன், சுரேஷ் ஒரு மீன், தண்ணீர் இல்லாவிட்டால் மீனால் உயிர் வாழமுடியாது, அதனால்தான் துடிக்கிறது.

என்ன இது கடி ஜோக் என்று சிரிக்கவேண்டாம், ஆத்தா சத்தியமாக இதையெல்லாம் பெரிய நிறுவனங்களின் இன்டர்வ்யூக்களின்போது கேட்கிறார்கள். சொல்லப்போனால்,

பெரும்பாலான 'பெரிய' பொறுப்புகளுக்கான எழுத்துப் பரீட்சைகள், நேர்முகத் தேர்வுகள், இதுபோன்ற புதிர்கள் இல்லாமல் நடைபெறுவதில்லை.

ஆகவே, உங்களுடைய கண்களை, காதுகளைமட்டுமின்றி, புத்தியையும் திறந்துவைத்திருங்கள், அவர்கள்முன்னால், 'காமன் சென்ஸ்' இல்லாத கந்தசாமியாக உங்களைக் காட்டிக்கொண்டுவிடாதீர்கள்.

35. சிந்தனைத் திறன் (Critical Thinking Skills)

'உங்களுடைய செல்ல நாயைப்பற்றி ஒரு சின்னக் கட்டுரை எழுதுங்கள்' என்றார் ஆசிரியர், 'உங்களுக்குப் பத்து நிமிடம் டைம்'

உடனே, மாணவர்கள் விறுவிறுவென்று எழுத ஆரம்பித்தார்கள். தமது நாற்காலியில் உட்கார்ந்தபடி ஒரு குட்டித் தூக்கம் போட்டார் ஆசிரியர்.

பத்து நிமிடம் கழித்து எல்லோரும் தங்களுடைய கட்டுரைகளைச் சமர்ப்பித்தார்கள். ஆசிரியர் அவற்றைப் படித்து மார்க் போட்டார்.

ராமுவின் கட்டுரையைப் படித்ததும் ஆசிரியருக்குக் கோபம், 'டேய் ராமு, நீ சோமுவைப் பார்த்துக் காப்பி அடிச்சியா?' என்று கோபமாகக் கத்தினார்.

'இல்லை சார்' என்றான் அவன் பயந்து நடுங்கியபடி.

'பின்னே ஏன் உன்னோட கட்டுரையும் அவனோட கட்டுரையும் ஒரேமாதிரி இருக்கு?' உறுமினார் ஆசிரியர்.

'சார், நானும் அவனும் ஒரே வீட்டிலதான் சார் இருக்கோம், எங்க ரெண்டு பேருக்கும் ஒரே செல்ல நாய்தான்' என்றான் ராமு, 'அதனாலதான் சார் ரெண்டு பேரும் ஒரேமாதிரி கட்டுரை எழுதியிருக்கோம்'

ஆஹா, என்ன பிரமாதமான சமாளிஃபிகேஷன். சொந்தமாகச் சிந்தித்து ஒரு கட்டுரை எழுதத் தெரியாதவர்கள், இப்படிச் சுற்றிவளைத்துதான் சமாளிக்கவேண்டியிருக்கிறது.

இந்தப் பிரச்னை ராமுவுக்குமட்டுமில்லை, நம்மில் பலருக்கு இருக்கிறது. 'மல்ட்டிபிள் சாய்ஸ்' என்று நான்கு விடைகளைக் கொடுத்தால், ஏதேனும் ஒன்றைத் தேர்ந்தெடுத்து டிக் போட்டுவிடுவார்கள். ஆனால் சொந்தமாகச் சிந்தித்து எழுதுவது என்றால், கஷ்டப்படுவார்கள்.

இங்கே நாம் சொல்வது, எழுத்துத் திறமையை அல்ல, சிந்தனைத் திறனை. ஒரு தலைப்பு கொடுக்கப்பட்டால், அதில் என்னென்ன எழுதலாம், எப்படி எழுதலாம் என்று யோசித்துத் திட்டமிடுவது பலருக்குச் சிரமமாக இருக்கிறது, அந்த நேரத்தில்மட்டும், மனசு கழுவித் துடைத்த சிலேட்போல் வெறுமையாகிவிடுகிறது.

இந்தப் பழக்கம், நம்முடைய பள்ளி நாள்களில் இருந்து வருகிறது. நூற்றுக்குத் தொண்ணூற்றைந்து சதவிகித மாணவர்கள், புத்தகத்தில் அல்லது நோட்ஸில் இருப்பதை அப்படியே மனப்பாடம் செய்து பரீட்சைகளில் எழுதி மார்க் வாங்குகிறோம்.

தமிழ், ஆங்கிலம் போன்ற மொழிப் பாடங்களில்தான், நாம் சொந்தமாகச் சிந்தித்து ஏதேனும் எழுதும் வாய்ப்புக் கிடைக்கிறது. ஆனால் அதுபோன்ற கேள்விகளையும் நாம் 'சாய்ஸில்' விட்டுவிடுகிறோம், அல்லது மொழிப் பரீட்சைதானே, மார்க் வாங்காவிட்டால் பரவாயில்லை என்று அலட்சியமாக நினைத்துவிடுகிறோம்.

தனிப்பட்ட சிந்தனை இல்லாதவர்கள், ஒரு நிலைக்குமேல் வாழ்க்கையில் முன்னேறமுடியாது. எவ்வளவு நாளைக்குதான் அடுத்தவர்கள் சொல்வதை அப்படியே பின்பற்றுகிறவர்களாக இருக்கமுடியும்? நாமும் சொந்தமாகச் சிந்தித்து முடிவெடுக்கிறவர்களாக, புதிய விஷயங்களைச் செய்கிறவர்களாக மாறவேண்டாமா?

இதைப் பரிசோதிப்பதற்காகத்தான், நேர்முகத் தேர்வுகளின்போது

ஏகப்பட்ட 'பொது'க் கேள்விகள் கேட்கப்படுகின்றன. எடுத்துக்காட்டாக, 'அணு மின்சாரம்பற்றி நீங்கள் என்ன நினைக்கிறீர்கள்?'

இந்தக் கேள்விக்கு பதில் சொல்ல, நீங்கள் அணு அறிவியல் மேதையாக இருக்கவேண்டியதில்லை. அந்தத் தலைப்பில் உங்களுக்கு ஏற்கெனவே தெரிந்திருக்கக்கூடிய பொது விஷயங்களை வைத்துக்கொண்டு, உங்களுக்குப் புதுசாகச் சிந்திக்கத் தெரிகிறதா, அதைத்தான் நிறுவனங்கள் நம்மிடம் எதிர்பார்க்கின்றன.

37. நேரம் தவறாமை (Reporting To Work On Time)

எந்த நிறுவனத்தை எடுத்துக்கொண்டாலும், 'அலுவலக நேரம்' என்று விதிமுறை வகுத்திருப்பார்கள். எடுத்துக்காட்டாக, காலை ஒன்பதரை மணிமுதல், மாலை ஐந்தரை மணிவரை.

ஆனால் எத்தனை பேர் சரியாக ஒன்பது இருபத்தொன்பதுக்கு அலுவலகத்தினுள் நுழைகிறார்கள்? பத்து, பத்தரை, பதினொன்றரை என்று இஷ்டம்போல் ஆஃபீஸுக்கு வருவதுதானே நம் மக்களின் வழக்கம்?

இதே எடுத்துக்காட்டில், அலுவலகத்துக்குப் பதில், ஒரு ரயில் அல்லது விமானத்தை நினைத்துக்கொள்ளுங்கள். ஒன்பதரைக்கு ரயில் கிளம்புகிறது என்றால், நிதானமாகப் பத்தரை மணிக்கு யாரேனும் வருவார்களா?

சான்ஸே இல்லை, ரயில் புறப்படுவதற்கு அரை மணி நேரம் முன்பாகவே வந்து, பிளாட்ஃபாரத்தில் காத்திருப்பார்கள்.

காரணம், நாம் தாமதமாக வந்தால், ரயில் புறப்பட்டுப் போய்விடும். ஆனால் அலுவலகத்துக்குமட்டும், நம் இஷ்டம்போல் வரலாம். இல்லையா?

மிகவும் மோசமான மனோபாவம் இது. எந்த ஒரு நிறுவனமும் தன்னுடைய ஊழியர்களிடம் இதனை விரும்புவதில்லை, எதிர்பார்ப்பதில்லை.

ஒரு மாணவர் கால் மணி நேரம் தாமதமாக வந்தால், அவருக்கு வீணாவது வெறும் பதினைந்து நிமிடங்கள்தான். ஆனால் அதே மாணவர், நாளைக்கு ஆசிரியராக மாறி, அப்போதும் கால் மணி நேரம் தாமதமாக வகுப்பினுள் நுழைகிறார் என்றால், நாற்பது மாணவர்களுடைய கால் மணி நேரங்களை அவர் வீணாக்குகிறார், அதாவது முழுசாகப் பத்து மணி நேரம் யாருக்கும் பிரயோஜனமில்லாமல் கரைந்துபோயிருக்கிறது.

பிரச்னை என்னவென்றால், நம் ஊரில் நேரம் தவறாமையை யாரும் ஓர் அத்தியாவசியமான குணமாக நினைப்பதே இல்லை. சின்ன வயதிலிருந்தே, குழந்தைகளுக்கு, 'இருடா, என்ன அவசரம்?' என்று இந்தத் தாமத குணத்தைச் சொல்லித்தருகிறோம். அதன்பிறகு அவர்கள் எப்படி மற்ற விஷயங்களை நேரம் தவறாமல் செய்வார்கள்?

பள்ளி, கல்லூரியில் தொடங்கி, நாம் நேரம் தவறாமையைக் கற்றுக்கொள்வது அவசியம். இதற்கு ஓர் எளிய உத்தி, தாமதமாக வந்தால் மன்னிப்பு கேட்டுப் பழகுவது!

ஆரம்பத்தில் இது கஷ்டமாகதான் இருக்கும், உடல் கூனிக் குறுகும், 'வெறும் ஐந்து நிமிடம் தாமதம், அதற்குப்போய் மன்னிப்பா?' என்று தப்பிக்கத் தோன்றும். அதையெல்லாம் பிடிவாதமாக மறுத்து, மனதார மன்னிப்பு கேளுங்கள். அடுத்தமுறை இந்த அவமானம் கூடாது என்பதற்காகவே, சீக்கிரம் வந்து பழகுவோம்.

முக்கியமாக, வேலை தேடும் நேரத்தில் எந்தத் தேர்வு அல்லது இன்டர்வ்யூவுக்கும் தாமதமாகச் செல்லாதீர்கள். அதன்மூலம் நீங்கள் இரண்டு பிழைகளைச் செய்கிறீர்கள் - உங்களுடைய 'நேரம் தவறாமை' லட்சணத்தை வெளிச்சம் போட்டுக் காட்டிவிடுகிறீர்கள், அதேசமயம், அவர்களுடைய நேரத்தையும் வீணடிக்கிறீர்கள். பெரும்பாலான நிறுவனங்கள், ஒரு சரியான காரணம் இருந்தாலொழிய, தாமதமாக வருகிறவர்களை இன்டர்வ்யூ செய்வதுகூடக் கிடையாது, 'ஸாரி' சொல்லி வெளியே அனுப்பிவிடுகிறார்கள்.

தாமதம் என்பது, ஒரு சின்னத் தவறுதான். ஆனால் அதைத் தவறாக உணராமல் அலட்சியப்படுத்தும்போது அது ஒரு குற்றமாகிவிடுகிறது. அந்தக் குற்றத்தை எத்தனை சீக்கிரத்தில் தவிர்க்கப் பழகுகிறோமோ அவ்வளவு தூரம் நம்முடைய முன்னேற்றம் விரைவாகும்!

39. நல்ல தோற்றம் (Good Personal Appearance)

ஒருவர் அணிந்திருக்கும் உடையை வைத்து, நம்மால் பல விஷயங்களைச் சொல்லிவிடமுடியும்.

எடுத்துக்காட்டாக, ஒரு ராணுவ வீரரின் உடையில் கம்பீரம், மிடுக்கு தெரியும். அவர் தன்னுடைய இடுப்புப் பட்டையை, காலணியை மினுமினுவென்று பாலிஷ் போட்டிருப்பார். அதில் நம்முடைய முகம் தெரியும். இவையெல்லாம் அவருடைய சிரத்தையை வெளிக்காட்டிக்கொண்டிருக்கும்.

பக்கத்தில் ஒரு மருத்துவர், நாகரிகமாக உடுத்தி, வெள்ளைக் கோட் போட்டிருக்கிறார், கழுத்தில் ஸ்டெதாஸ்கோப் தொங்குகிறது. அவருக்கு அருகே நின்றிருப்பவர், நீண்ட கறுப்புக் கோட் அணிந்திருக்கிறார், அவர் ஒரு வழக்கறிஞராகத்தான் இருக்கவேண்டும்.

அந்தப் பக்கம் ஒருவர், பட்டு வேட்டி, பட்டுச் சட்டை அணிந்திருக்கிறார், அவர் ஏதோ ஒரு திருமணம், அல்லது குடும்ப விழாவில் கலந்துகொள்வதற்காகச் செல்கிறார் என்று ஊகிக்கலாம்.

இப்படி உடையைக் கொண்டே, நாம் ஒருவருடைய பணி, அவர் இப்போது என்ன நோக்கத்துக்காகச் சென்று கொண்டிருக்கிறார் என்பதையெல்லாம் ஓரளவு துல்லியமாகவே கண்டுபிடித்துவிடமுடியும். பெரும்பாலானோர் புரிந்து பின்பற்றுகிற இந்தக் கணக்கு மாறினால், நிலைமை வேடிக்கையாகிவிடும்.

யோசித்துப்பாருங்கள், ஒரு போலீஸ்காரர், பட்டு வேட்டியும் பூப்

போட்ட லுங்கியும் கட்டிக்கொண்டு தெருவில் நடந்துவந்தால், யாராவது அவரை மதிப்பார்களா? அவரைப் பார்த்துப் பயப்படுவார்களா?

அதுபோல, வேலைக்கான நேர்முகத் தேர்வுக்கும் சில ஆடை ஒழுங்குகள் இருக்கின்றன, அந்த நேரத்தில் நம்முடைய தோற்றம் எப்படி அமையவேண்டும் என்றும் சில எதிர்பார்ப்புகள் இருக்கின்றன.

எடுத்துக்காட்டாக, இன்டர்வ்யூவுக்கு வருகிற ஒருவர், அழுக்கில்லாத ஆடைகளை அணிந்திருக்கவேண்டும். ஆண்கள் ஷர்ட்டை பேன்ட்டினுள் இன் செய்து பளபளப்பான பெல்ட் போட்டிருக்கவேண்டும், அதே அளவு பளபளக்கும் ஷூ அவசியம், கழுத்தில் டை கட்டியிருந்தால் சந்தோஷம், கண்டிப்பாக ஷேவ் செய்திருக்கவேண்டும், மீசை பரவாயில்லை, ஆனால் தாடி ஆகாது.

இதேபோல், பெண்களுக்கும் கண்ணியமான சல்வார் உடைகள், நேர்த்தியான புடைவைகள் பொருத்தமாக இருக்கும், லேசாக மேக்-அப் போடலாம். ஆனால், அது கண்ணை உறுத்தாமல், கவனத்தைச் சிதறடிக்காமல் இருக்கவேண்டும்.

இப்படி இன்னும் நூற்றுக்கணக்கான விதிமுறைகள் சொல்லப்படுகின்றன. இதையெல்லாம் யார் எந்தக் கல்வெட்டில் செதுக்கிவைத்திருக்கிறார்கள்? தெரியாது. எப்போதோ, யாரோ சொல்லிவைத்ததை பிஸினஸ் உலகம் இப்போதும் பின்பற்றிக்கொண்டிருக்கிறது.

சரி, எனக்கு இந்த விதிமுறைகளிலெல்லாம் நம்பிக்கை இல்லை. என் முகத்தைப் பார்த்து மதிப்பதைவிட, மக்கள் என்னுடைய திறமையைப் பார்க்கவேண்டும் என்று நினைக்கிறேன்.

ரொம்ப சந்தோஷம். ஆனால் அதற்காக, நாம் இதுபோன்ற விதிமுறைகளையெல்லாம் சட்டென்று மீறிவிடமுடியாது. நம் மனத்துக்குப் பிடித்தாலும் பிடிக்காவிட்டாலும், மற்றவர்களின் எதிர்பார்ப்புக்காகவேனும் நம்மைக் கொஞ்சம்

அலங்கரித்துக்கொண்டு அடுத்தவர்கள்முன் தோன்றுவதுதான் புத்திசாலித்தனம்.

மைக்ரோசாஃப்ட் நிறுவனத்தைத் தோற்றுவித்த பில் கேட்ஸுக்கு, இளம் வயதில் தன்னுடைய புறத்தோற்றத்தின்மீது சுத்தமாக அக்கறை இல்லை. குளிக்காமல், தலை வாராமல், பொருத்தமாக உடை அணியாமல், ஷேவ் செய்யாமல் தன்னுடைய இஷ்டம்போல் சுற்றுவார். பள்ளி, கல்லூரியில்மட்டுமல்ல, மைக்ரோசாஃப்ட் நிறுவனத்தைத் தொடங்கி நடத்த ஆரம்பித்தபிறகும்கூட, அவர் இப்படிப் பங்கரையாகத்தான் திரிந்துகொண்டிருந்தார்.

அப்போது பில் கேட்ஸைப் பார்க்கிறவர்கள் எல்லோரும், ‘என்ன இந்த ஆள்? கொஞ்சம்கூட ஒழுங்கில்லாமல் இப்படித் திரிகிறாரே’ என்று முகம் சுளித்தார்கள். அதுபற்றி பில் கேட்ஸ் கவலைப்படவில்லை, ‘என்னிடம் திறமை இருக்கிறது, நான் கொஞ்சம் அழுக்காக இருந்தால் உனக்கு என்ன?’ என்று அலட்சியமாகச் சொன்னார்.

ஆனால், அந்த பில் கேட்ஸ்கூட, ஒருகட்டத்தில் மாறவேண்டியிருந்தது. ஐபிஎம் என்கிற பெரிய நிறுவனம் மைக்ரோசாஃப்டுடன் இணைந்து பணியாற்ற முன்வந்தபோது, அவர்களைச் சந்திக்கச் சென்ற பில் கேட்ஸ், தன் வாழ்நாளிலேயே முதன்முறையாக கோட், சூட் அணிந்தார், கண்ணியமான உடல் தோற்றத்துடன் ஐபிஎம் பிரதிநிதிகளைச் சந்தித்தார், அவர் எதிர்பார்த்த அந்த அபூர்வமான வாய்ப்பு உடனே கிடைத்தது.

அதற்காக, பில் கேட்ஸுக்குத் திறமை இல்லை, வெறும் புறத் தோற்றத்தால்தான் அவர் ஐபிஎம்மைக் கவர்ந்தார் என்று நினைத்துவிடக்கூடாது. என்னதான் பிரமாதமான தயாரிப்பாக இருந்தாலும், அதைக் கவர்ச்சிகரமாக ‘பேக்கேஜ்’ செய்வது அவசியப்படுகிறதில்லையா? அதுபோல, நாமும் நம்மை மற்றவர்கள் கண்களில் கண்ணியமாகத் தோன்றும்படி மாற்றிக்கொண்டால், அவர்கள் நம்மை மதித்துப் பேசுவார்கள்,

நம்முடைய திறமைகளின்மீது அவர்களுடைய கவனம் விழும், நல்ல விஷயம்தானே!

40. எதையும் சிறப்பாகச் செய்யவேண்டும் என்கிற ஆர்வம் (Wanting To Do A Good Job)

49. ஒரு வேலை முடியும்வரை அதில் முழு கவனத்துடன் இருப்பது (Staying On The Job Until It Is Finished)

உங்களுக்கு சர் ஐசக் நியூட்டன் தெரியுமா?

நன்றாகத் தெரியும். தன்மேல் விழுந்த ஆப்பிளை, உணவாகப் பார்க்காமல், புவி ஈர்ப்பு விசையைக் கவனித்து, உலகிற்கு அறிமுகப்படுத்திய மாமேதை.

சரி, உங்களுக்கு ராபர்ட் ஹூக் தெரியுமா?

தெரியாதே, யார் அவர்?

ஐசக் நியூட்டன் பிரபலமாக இருந்த காலகட்டத்தில், அவருக்கு இணையாக, சொல்லப்போனால் அவரைவிடத் திறமையாளராகவே அறியப்பட்ட ஒருவர் ராபர்ட் ஹூக். அற்புதமான அறிவியல் சிந்தனையாளர், ஆய்வாளர், எழுத்தாளர், இப்படி அடுக்கிக்கொண்டே போகலாம்.

ஆனால் இன்றைக்கு, நமக்கு நியூட்டனைத் தெரிகிறது, ராபர்ட் ஹூக்கைத் தெரியவில்லை. ஏன்?

இருவரும் திறமைசாலிகள்தான். ஆனால், நியூட்டன் தன்னுடைய ஒவ்வொரு ஆராய்ச்சியையும் தவம்போல் மதித்தார். ஒரு சின்னப் பிசிறு இல்லாமல் அவற்றை உருவாக்கவேண்டும் என்கிற ஆர்வத்துடன் தொடர்ந்து உழைத்தார், அதனால்தான், அவருடைய கண்டுபிடிப்புகளை உலகம் இன்றைக்கும் மதிக்கிறது.

ஆனால் ராபர்ட் ஹூக், ஒரு வேலையைத் தொடங்குவார், அதை முழுமையாக நிறைவு செய்யாமலே, அங்கிருந்து

தாவி வேறு எங்கேனும் சென்றுவிடுவார், அதையும் முழுசாக முடிக்கமாட்டார், இன்னொரு விஷயத்துக்குத் தாவுவார். இப்படிப் பல விஷயங்களில் வாய் வைத்துவிட்டுத் தாவிக்கொண்டிருந்த காரணத்தால், எதிலும் அவருடைய தாக்கம் முழுமையாகப் பதியவே இல்லை. அவரும் உலகிற்கு அறிமுகமாகவில்லை.

இப்போது சொல்லுங்கள், நீங்கள் ஐசக் நியூட்டனா? ராபர்ட் ஹூக்கா?

சிலர், கடமைக்கு வேலை செய்வார்கள், இன்னும் சிலர், சிறிய விஷயங்களிலேயே திருப்தி அடைந்துவிடுவார்கள், 'அப்பாடா, அஞ்சு மணி நேரம் வேலை செஞ்சுட்டேன்' என்று நிம்மதியடைவார்கள். ஆனால் அந்த ஐந்து மணி நேரத்தில் எதை உருப்படியாகச் சாதித்தோம் என்று யோசிக்கமாட்டார்கள்.

மிகச் சிலர்தான், எதையும் சிறப்பாகச் செய்யவேண்டும் என்கிற ஆர்வத்தோடு இருப்பார்கள். ஆங்கிலத்தில் இவர்களை 'Perfectionists' என்று சொல்வார்கள். எதைச் செய்தாலும், அதில் முழுமையாக ஈடுபட்டு, யாரும் குறைசொல்லமுடியாதபடி அதனைப் பூர்த்தி செய்யவேண்டும் என்பதில் இவர்களுடைய அக்கறை அதிகமாக இருக்கும்.

முக்கியமான விஷயம், இதையெல்லாம் யாரும் இவர்களுக்குக் கண்டிப்பாகச் சொல்லி வலியுறுத்துவதில்லை. அவர்களே தங்கள் கையில் எடுத்துக்கொள்ளும் பொறுப்பின்மீது கவனத்தை வளர்த்துக்கொண்டு அக்கறையோடு செயல்படுகிறார்கள், இன்னொருவர் குச்சியை வைத்துக்கொண்டு அதட்டாமலேயே, தங்களுடைய மனசாட்சிக்குக் கட்டுப்பட்டு எதையும் சிறப்பாகச் செய்கிறார்கள்.

இந்தத் தனிப்பட்ட கவனம், அக்கறைதான், நம்முடைய மிகப் பெரிய சொத்து. நம்முடைய நிறுவனம், நம்மிடம் ஒப்படைக்கிற எந்த ஒரு பணியையும், அவர்கள் எதிர்பார்க்கும் தரத்துக்கு ஒரு படி மேலே சென்று சிறப்பாக முடித்துத் தரவேண்டும்

என்கிற பொறுப்பு உணர்வும், உன்னதத் தேடலும் நமக்குள் இருக்கும்போது, வேலை மார்க்கெட்டில் நமக்குக் கிடைக்கிற மரியாதையே தனி!

44. பொறுப்பெடுத்துக்கொள்கிற விருப்பம் (Willingness To Be Accountable)

50. கட்டளைகள், விதிமுறைகளைப் படித்துப் புரிந்துகொண்டு பின்பற்றும் திறன் (Ability To Read And Follow Instructions)

56. கட்டளைகளைப் பின்பற்றுகிற, விளைவுகளுக்குப் பொறுப்பேற்கிற விருப்பம் (Willingness To Take Instruction And Responsibility)

மாணவர்களிடையே, ஒரு விநோதமான பழக்கம் உண்டு.

பள்ளி, கல்லூரியில் ஏதாவது விழா என்றால், கடினமாக உழைத்து வேலை செய்வார்கள், எல்லாப் பணிகளையும் தலையில் போட்டுக்கொண்டு சுறுசுறுப்பாக ஓடியாடிக் கலக்குவார்கள். ஆனால், 'இந்த வேலைக்கு நீதான் பொறுப்பு' என்று ஒப்படைத்தால், பயந்து நடுங்குவார்கள்.

காரணம், இவர்களிடம் திறமைக்குக் குறைச்சல் இல்லை, உழைப்புக்குக் குறைச்சல் இல்லை, பொறுப்பெடுத்துக் கொள்வதற்குதான் பயம். ஒருவேளை, ஏதாவது தவறாக நடந்துவிட்டால்? அந்தத் தவறுக்கு நம்மைதானே காரணமாகச் சொல்வார்கள்?

இந்த உணர்வு இருக்கிறவர்கள், எங்கேயும் ஜெயிக்கமுடியாது. ஏனெனில், வெற்றிபெற விரும்புகிறவர்கள், முதலில் தங்களுடைய செயல்பாடுகளுக்கு முழுப் பொறுப்பை ஏற்கவேண்டும், அதனால் வருகிற நல்லது கெட்டதுகளுக்குத் தாங்களே பொறுப்பு என்கிற எண்ணம் வந்தால்தான், முழு கவனத்தையும் அதில் குவித்துச் செயல்படமுடியும்.

இன்னொரு முக்கியமான விஷயம், பொறுப்பை ஏற்றுச் செயல்படுகிறவர்களுக்குதான் கௌரவங்கள் கிடைக்கும், பத்தோடு பதினொன்றாக வந்து போகிறவர்களுக்கு அல்ல.

உங்களுக்குப் பிடித்த ஒரு திரைப்படப் பாடலை எடுத்துக் கொள்ளுங்கள், அதைப் பாடியவர் யார்? எஸ். பி. பாலசுப்ரமணியம், அல்லது ஹரிஹரன், அல்லது ஷங்கர் மஹாதேவன், அல்லது சாதனா சர்கம் ... இப்படிப் பெயர்களைக் குறிப்பிட்டு நாம் பாராட்டுகிறோம், விருது கொடுத்து கௌரவிக்கிறோம்.

ஆனால் அதே பாடலின் பின்னணியில், ஏகப்பட்ட பேர் பாடியிருக்கிறார்கள், 'லாலாலாலாலாலாலா' என்று கோரஸ் பாடும் இவர்களுக்கெல்லாம் சம்பளம் கிடைக்கும், ஆனால் 'இன்னார் இந்தப் பாடலில் கோரஸ் பாடினார்' என்று சொல்லி யாரும் பாராட்டமாட்டார்கள், கௌரவிக்கமாட்டார்கள். 'இந்த ஹிட் பாடலில் நான் லாலாலா பாடியிருக்கிறேன்' என்று அவர்களால் பெருமையாகச் சொல்லிக்கொள்ளக்கூட முடியாது.

இதுதான், பொறுப்பை ஏற்றுக்கொண்டு செயல்படுகிறவர்களுக்கும் கூட்டத்தோடு கோவிந்தா போடுகிறவர்களுக்கும் இடையில் உள்ள வித்தியாசம். இவற்றில் நாம் எந்தக் கட்சி?

நீங்கள் நினைக்கலாம், பொறுப்புணர்ச்சி என்பது, பெரிய தலைவர்கள், மேனேஜர்களுக்குதான் தேவை, நாம் ஏதோ சாதாரண வேலைகளைத்தானே தேடுகிறோம், நமக்கு அது அவசியமில்லை.

இது மிகவும் தவறான கருத்து. தெரு கூட்டுகிறவர், 'இந்தச் சாலையைச் சுத்தமாக வைத்துக்கொள்வது என்னுடைய பொறுப்பு' என்று நினைக்கவேண்டும், வீடு வீடாக வந்து தபால் கொடுக்கிறவர், 'தகவல்கள் சரியான நேரத்தில் உரிய நபர்களுக்குச் சென்று சேர்வது என்னுடைய பொறுப்பு' என்று நினைக்கவேண்டும், ஓர் இயந்திரத்தை இயக்கும் சாதாரணத் தொழிலாளிகூட, 'இதிலிருந்து வெளிவரும் பொருள்களுக்கு நான்தான் முழுப் பொறுப்பு' என உணரவேண்டும். இப்படி சமூகத்தின் எல்லா நிலைகளில் உள்ள சகலருக்கும், தனித்தனி பொறுப்புகள் இருக்கின்றன. பொறுப்பில்லாதவர்கள் என்று

யாருமே இருக்கமுடியாது, இருக்கக்கூடாது!

அதற்காக, இவர்கள் எல்லோரும் தங்கள் இஷ்டப்படி வேலை செய்யவேண்டும் என்று நினைத்துவிடக்கூடாது. அவரவருடைய வேலைக்கான விதிமுறைகள் இருக்கின்றன, மேலதிகாரிகள், அனுபவம் மிக்க ஊழியர்கள் இவர்களுக்குக் கட்டளை இடுகிறார்கள், அவற்றை ஏற்றுப் பின்பற்றுகிற பணிவு வேண்டும்.

அதேசமயம், ஏதாவது பிரச்னை வந்தால், பழியை அவர்கள் தலையில் தூக்கிப் போட்டுவிடக்கூடாது. 'நான் என்ன செய்வேன்? அவர் சொன்னதை அப்படியே பின்பற்றினேன், பிரச்னையாகிவிட்டது, இதற்கு நான் பொறுப்பில்லை' என்று விட்டேத்தியாகச் சொல்வது, மிக மோசமான, அசிங்கமான குணம்.

அடுத்தவர்கள் சொல்வதை அப்படியே பின்பற்றுவதற்கு ஓர் இயந்திரம் போதுமே, நீங்கள் சுயபுத்தி உள்ள மனிதர் இல்லையா? பொது அறிவு, தொழில்நுட்ப அறிவு, அனுபவத்தைப் பயன்படுத்திச் சிறப்பாகச் செயல்படவேண்டாமா? உங்களுடைய செயலின் வெற்றி, தோல்விகளுக்குப் பொறுப்பேற்கவேண்டாமா?

ஊழியர்கள் அனைவரும் பொறுப்புணர்ச்சியுடன் நடந்துகொள்கிற ஒரு நிறுவனத்தை, யாரும் தனியே மேய்க்கவேண்டியதில்லை. அது தானாக முன்னேறி உயர்ந்த நிலைகளை எட்டிவிடும். அப்படிப்பட்ட ஊழியர்களைத்தான், நிறுவனங்கள் விரும்பித் தேர்ந்தெடுக்கின்றன, 'நான் ஓரமாக இருந்துவிட்டுப்போகிறேன்' என்று ஒதுங்கிப்போகிறவர்களை அல்ல!

46. இலக்குகளை எட்டும் குணம் (Ability To Make Production Quotas)

எழுத்தாளர் சுஜாதா, தன்னுடைய நூல் ஒன்றின் முன்னுரையில் இப்படிக் குறிப்பிட்டிருந்தார், 'இந்தத் தேதிக்குள் இந்தக் கட்டுரையை எழுதிமுடிக்கவேண்டும் என்று பத்திரிகை ஆசிரியர்கள் என் கழுத்தில் கத்தி வைத்து மிரட்டியதால்தான், என்னால் இத்தனை எழுத முடிந்தது'

அவர் ஒரு நகைச்சுவைக்காக அப்படிச் சொல்கிறார் என்று பலர் நினைக்கிறார்கள். ஆனால் உண்மையில் ஓர் இலக்கை முடிவு செய்துகொண்டு வேலையைத் தொடங்குவது பலவிதங்களில் பயன்படக்கூடிய ஒரு குணம்.

சில பெரியவர்கள், 'நான் வால்மீகி ராமாயணம் படிக்கப்போகிறேன்' என்று தொடங்குவார்கள். ஆனால் தொடங்கிய நான்காவது நாள், சலிப்படைந்து, அல்லது சோம்பேறித்தனம் காரணமாகப் படிப்பதை நிறுத்திவிடுவார்கள்.

இன்னும் சிலர், தினமும் இத்தனை சுலோகங்கள் படிக்கவேண்டும் என இலக்கு நிர்ணயித்துக்கொள்வார்கள். அதன்படி படித்துவந்தால், பத்து நாள் அல்லது ஒரு மாதத்தில் கச்சிதமாகப் புத்தகத்தை முழுக்கப் படித்து முடித்துவிடுவார்கள்.

இவையெல்லாம் நாம் பயின்றுகொள்ளவேண்டிய நல்ல குணங்கள். ஏனெனில், நம்முடைய பணியிடத்தில் நமக்குத் தொடர்ச்சியாக இலக்குகள் நிர்ணயிக்கப்படுகின்றன, அவற்றை எத்தனை துல்லியமாக எட்டிப்பிடிக்கிறோம் என்பதைப் பொறுத்துதான் நம்முடைய வெற்றி, தோல்வி தீர்மானமாகிறது.

கல்லூரிப் பாடங்களையே எடுத்துக்கொள்ளுங்கள், வருடத்தின் தொடக்கத்தில் அத்தனை பெரிய புத்தகங்களைப் பார்ப்பதற்கே பயமாக இருக்கும், 'ஐயோ, இவ்வளவையும் நாம் எப்படிப் படித்து முடிக்கப்போகிறோம்?' என்று மலைத்துப்போய்விடுவோம்.

ஆனால், நம்முடைய ஆசிரியர்கள் நம்மைவிடப் புத்திசாலிகள், அவர்கள் ஒவ்வொரு மாதமும் எவ்வளவு பாடங்களை நடத்தவேண்டும் என்று துல்லியமான ஒரு கணக்கு வைத்திருப்பார்கள். அந்த இலக்கை அவர்கள் ஒவ்வொரு மாதமும் எட்டிப் பிடிக்க, அதே வேகத்தில் நாமும் பாடங்களைப் படித்துவிடுகிறோம், இப்படியே வருடம்முழுக்கச் செய்தால், கடைசியில் அத்தனை பெரிய தலையணைப் புத்தகத்தை முழுக்கப் படித்து முடித்திருப்போம்.

ஆக, இலக்குகளை எட்டும் குணம் நமக்கு ஒன்றும் புதிது

அல்ல. நாம் ஏற்கெனவே பயிற்சி எடுத்துப் பழகிய ஒன்றுதான். இப்போது வேலைக்குச் சேர்கிற இடத்தில் அதனை இன்னும் சீரியஸாக எடுத்துக்கொள்ளவேண்டும், அவ்வளவுதான் விஷயம்.

எடுத்துக்காட்டாக, வங்கியில் வேலைக்குச் சேர்கிற ஒருவருக்கு, நீங்கள் மாதம் முப்பது புதிய வாடிக்கையாளர்களைச் சேர்க்கவேண்டும் என்று இலக்கு - மாதாந்திர 'கோட்டா' *(Quota)* நிர்ணயிக்கிறார்கள்.

இப்போது அவர், மாதம் முப்பது பேரைச் சேர்த்துவிட்டால், உடனடிப் பாராட்டு. இல்லையென்றால், உடனடித் திட்டு நிச்சயம்!

இதுபோன்ற சூழ்நிலைகளில், திறமைசாலிகள் என்ன செய்கிறார்கள்? இலக்கை நோக்கித் திட்டமிடுகிறார்கள். மாதம் முப்பது புதிய வாடிக்கையாளர்கள் என்றால், வாரத்துக்கு ஏழு அல்லது எட்டுப் பேரைப் புதிதாகச் சேர்க்கவேண்டும், தினசரி ஒருவரைச் சேர்க்கவேண்டும் என்று கணக்குப் போட்டுக்கொண்டு, அதற்கு என்னென்ன செய்யவேண்டும் என்று யோசிக்கிறார்கள், அந்தத் திட்டத்திற்கேற்ப உழைக்கிறார்கள்.

ஆனால், இந்தக் குணம் எல்லோருக்கும் வந்துவிடாது, சிலர், 'எனக்கு இலக்கெல்லாம் ஆகாது, நான் சுதந்திரப் பறவை' என்று டயலாக் விடுவார்கள்.

நிஜ வாழ்க்கையில் நீங்கள் சுதந்திரப் பறவையாகவே இருந்துவிட்டுப் போங்கள். ஆனால் அலுவலகத்தினுள், நீங்கள் சம்பளம் வாங்குகிற பறவை, பதிலுக்கு அவர்கள் உங்களுக்கு இலக்குகளை நிர்ணயிக்கிறார்கள், அதை நோக்கிப் பறப்பதுதான் உங்கள் கடமை, அதனை எவ்வளவு சுத்தமாக நிறைவேற்றுகிறோம் என்பதைப் பொறுத்துதான், நம்முடைய செயல்திறன் அளவிடப்படுகிறது!

47. அடிப்படை உற்பத்திப் பணிப் பயிற்சி (Basic Manufacturing Skills Training)

இப்போது நாம் பார்க்கப்போகும் விஷயம், எல்லோருக்கும் பொருந்துவது அல்ல. உற்பத்தி(*Manufacturing / Production*)த் துறையைச் சேர்ந்தவர்களுக்குமட்டும் தேவையான ஒன்று.

எடுத்துக்காட்டாக, 'லேத்' (*Lathe*) என்று ஓர் இயந்திரம் இருக்கிறது. அதைப் பயன்படுத்திச் சாதாரண நட், போல்ட்டில் தொடங்கி உற்பத்தித் துறைக்குத் தேவையான ஏகப்பட்ட சாதனங்கள், உதிரிப் பாகங்களைத் தயாரிக்கமுடியும்.

ஆனால், இந்த லேத் இயந்திரம், சும்மா ஸ்விட்ச் போட்டால் இயங்கிவிடாது, அதனைச் செலுத்துவதற்கென்று ஒரு விசேஷப் பயிற்சி தேவைப்படுகிறது. இந்தப் பயிற்சி, அனுபவம் கொண்டவர்களை, 'லேத் ஆபரேட்டர்ஸ்' என்று அழைப்பார்கள்.

இப்போது நாம் ஒரு லேத் ஆபரேட்டராக வேலைக்கு விண்ணப்பம் செய்ய விரும்புகிறோம் என்று வைத்துக்கொள்வோம், அப்போது நம்மை இன்டர்வ்யூ செய்கிறவர்கள் முதலில் என்ன கேள்வி கேட்பார்கள்?, 'நீங்கள் இதற்குமுன் லேத் இயந்திரத்தை இயக்கியிருக்கிறீர்களா? அதற்கென்று பயிற்சி பெற்றிருக்கிறீர்களா? லேத் இயந்திரத்தில் உங்களுக்கு என்னென்ன வேலைகளைச் செய்யத் தெரியும்?'

இந்தக் கேள்விகளுக்கு நாம் இருவிதமாகப் பதில் சொல்லலாம். 'லேத் இயந்திரத்தில் எனக்கு ஏழெட்டு வருட அனுபவம் உண்டு', என்று நாம் சொன்னால் அவர்களுக்குச் சந்தோஷம், அப்படியில்லாமல், 'சார், எனக்கு இதெல்லாம் தெரியாது, நீங்கள் வேலை கொடுத்தால் சீக்கிரத்தில் கற்றுக்கொண்டுவிடுவேன்' என்று சொன்னால்?

நல்ல, சாமர்த்தியமான பதில்தான். ஆனால், இதன் அர்த்தம், அவர்களுடைய லேத் இயந்திரத்தில் நீங்கள் பயிற்சி பெறப்போகிறீர்கள், முதல் சில வாரங்களில் நீங்கள் செய்கிற தப்புகளுக்கும் சேர்த்து அவர்கள் சம்பளம் கொடுக்கவேண்டும், கூடவே, அதனால் ஏற்படுகிற இழப்புகளையும் ஈடு செய்யவேண்டும். இது அவர்களுக்குத் தேவையா?

அதனால்தான், உற்பத்தித் துறையில் இணைய விரும்புகிறவர்கள், தாங்கள் பயன்படுத்தப்போகும், அல்லது பயன்படுத்த விரும்பும் இயந்திரத்தில் பணி செய்யப் பயிற்சி பெறுவது அவசியம் என்கிறார்கள். எத்தனை அதிக இயந்திரங்களில் எவ்வளவு அதிகக் காலம் பயிற்சி பெறுகிறோமோ, அந்த அளவு நமக்கு வேலை கிடைப்பதற்கான வாய்ப்புகளும் அதிகரிக்கும்.

48. நம்முடைய தொழில் எப்படி நடக்கிறது என்பதை அறிந்துவைத்திருப்பது (Awareness Of How Business Works)

இந்தியாவின் மிகப் பெரிய தனியார் நிறுவனம், 'ரிலையன்ஸ்'. அதனைத் தோற்றுவித்த நிறுவனர் திருபாய் அம்பானி, தன்னுடைய வாழ்க்கையை எப்படித் தொடங்கினார் தெரியுமா? ஒரு பெட்ரோல் பங்கில், சாதாரணத் தொழிலாளியாக.

யோசித்துப்பாருங்கள், கார்களுக்கு பெட்ரோல் போடுகிற எல்லோருமா வளர்ந்து பெரிய நிறுவனங்களின் முதலாளியாக மாறிவிடுகிறார்கள்? அம்பானியால்மட்டும் அந்தச் சாதனையை எப்படி நிகழ்த்தமுடிந்தது?

காரணம், அம்பானி தன்னுடைய 'பெட்ரோல் போடும்' வேலையைமட்டும் கவனித்துக்கொண்டு சும்மா இருந்துவிடவில்லை. தன்னுடைய நிறுவனம் எப்படி நடக்கிறது, எங்கே என்ன வேலைகள் நிகழ்கின்றன, ஏன் நிகழ்கின்றன என்பதையெல்லாம் தொடர்ந்து கவனித்தபடி இருந்தார், தன்னுடைய வேலையை ஒழுங்காகச் செய்துகொண்டே, அதேசமயம் தனக்குக் கிடைக்கிற ஓய்வு நேரங்களில் மற்றவர்களிடம் பேசி, படித்து அந்தத் தொழிலை நன்றாகப் புரிந்துகொண்டார்.

இந்த அனுபவம்தான், பின்னாள்களில் அவர் தன்னுடைய நிறுவனத்தைத் தோற்றுவித்தபோது உதவியாக இருந்தது. சாதாரண ஊழியர் ஒருவரை, முதலாளியாக உயர்த்தியது, இந்தத் 'தொழில் ஞானம்'தான்.

நடிகர் திலகம் சிவாஜி கணேசன்கூட, மேடை நாடகங்களில்

சாதாரண துணைக் கதாபாத்திரங்களில் நடிக்கத் தொடங்கியவர்தான், அங்கிருந்தபடி மற்றவர்களுடைய நடிப்பைக் கவனித்து, கொஞ்சம் கொஞ்சமாகப் பெரிய கதாபாத்திரங்களில் நடிக்கும் அளவுக்கு உயர்ந்தார் அவர்.

இப்போதெல்லாம், எந்த நிறுவனமும் நான்கு சுவர்களுக்குள் நடைபெறுவதில்லை. இன்றைய நவீன நிறுவனங்கள், உற்பத்தி, விற்பனை, விளம்பரம், மார்க்கெட்டிங், வாடிக்கையாளர் சேவை என்று பல துறைகளாகப் பரந்து விரிந்திருக்கின்றன.

இப்படி நம்முடைய நிறுவனத்தை எடுத்துக்கொண்டு, அதனை ஒரு பிரம்மாண்டமான வரைபடமாக வரைந்தால், நாம் அதில் எங்கே இருப்போம்?

வரைபடத்தின் கீழ்ப் பகுதியில் எங்கோ ஒரு மூலையில்தான் நம்முடைய பெயர் தென்படும். அந்த இடத்தில் நமக்கு என்னென்ன வேலைகள் விதிக்கப்படுகின்றனவோ, அதைமட்டும் நாம் ஒழுங்காகப் பின்பற்றினாலே போதும்.

ஆனால், இப்படி நமக்குத் தரப்பட்ட வேலைகளைமட்டும் செய்கிறவர்கள், வாழ்நாள்முழுக்க ஒரே நிலையில் இருக்கவேண்டியதுதான். அந்த பிரம்மாண்டமான நிறுவனத்தின் வரைபடத்தில், நாம் வேறு எந்த நிலைக்கும் தாவமுடியாது.

அம்பானியும் சிவாஜி கணேசனும் தங்களுக்குத் தரப்பட்ட வேலையைமட்டும் கவனித்துக்கொண்டு 'சிவனே' என்று உட்கார்ந்திருந்தால், எந்தச் சிறப்பும் இல்லாமல் அப்படியே மறைந்துபோயிருப்பார்கள். இன்றைக்கு நாம் அவர்களைப்பற்றிப் பேசிக்கொண்டிருக்கமாட்டோம்.

நாமும் அவர்களைப்போல் ஒரு நிலையிலிருந்து மேலே மேலே சென்று சாதனை படைக்க விரும்பினால், அதற்கு முதல் தேவை, நம்முடைய வேலையில்மட்டும் கவனம் செலுத்தாமல், சுற்றி என்ன நடக்கிறது என்பதைப் புரிந்துகொள்வது, ஒட்டுமொத்தத் தொழில் ஞானத்தை வளர்த்துக்கொள்வது!

51. எந்த நேரத்திலும் வேலை செய்யத் தயாராக இருத்தல் (Willingness To Work Second And Third Shifts)

அவசர வாழ்க்கையாகிவிட்ட இன்றைய காலகட்டத்தில், பெரும்பாலான நிறுவனங்கள் இருபத்து நான்கு மணி நேரமும் இயங்கவேண்டியிருக்கிறது. இதன்மூலம் நிறுவனங்களின் உற்பத்தி மேம்படுவதுமட்டுமில்லை, பல நாடுகளைச் சேர்ந்த வாடிக்கையாளர்களை நம்மால் திருப்திப்படுத்தமுடிகிறது.

ஆகவே, தங்களிடம் வேலைக்குச் சேரும் ஊழியர்கள் 'ஷிஃப்ட்' முறையில் வேலை செய்யவேண்டும் என்று நிறுவனங்கள் எதிர்பார்க்கின்றன. பல காரணங்களால், எல்லோரும் ஒரே நேரத்தில் வேலை செய்வதை அவர்கள் விரும்புவதில்லை.

'அதெல்லாம் முடியாது, நான் காலை பத்து மணி முதல் மாலை ஆறு மணிவரைதான் வேலை செய்வேன்' என்று சொன்னால், உங்களுக்கு அங்கே இரண்டாம் மரியாதைதான். எந்த நேரத்தில் வேலை செய்யத் தயாராக இருக்கிறவர்களுக்கு, வேண்டிய சவுகர்யங்களைச் செய்து கொடுத்துப் பயன்படுத்திக்கொள்ள நிறுவனங்கள் தயாராக இருக்கின்றன.

52. நிறுவனம் வெற்றியடையவேண்டும் என்பதில் அக்கறை (Caring About Seeing The Company Succeed)

59. வழக்கமான எட்டு மணி நேர வேலைக்குப் பிறகும், சிறந்த ஊழியராக, நிறுவனத்தின் பிரதிநிதியாகச் செயல்படுதல் (Willingness To Be A Good Worker And Go Beyond The Traditional Eight&hour Day)

ஒருவர் ஹோட்டலுக்குச் சாப்பிடச் சென்றிருந்தார், சர்வரைக் கூப்பிட்டு, 'ரொம்ப தாகமா இருக்கு, ஒரு க்ளாஸ் தண்ணி கொடுப்பா' என்றார்.

உடனே அவர், 'ஸாரி சார், இது என் டேபிள் இல்லை' என்றார் கூலாக.

தாகத்தில் தவித்துக்கொண்டிருந்த இவர், நொந்துபோய்விட்டார், இதுதான் கஸ்டமர்களைக் கவனிக்கிற லட்சியமா? இனிமேல் எப்போதும் இந்த ஹோட்டலுக்கு வருவதில்லை என்று முடிவு செய்துவிட்டார் அவர்.

இப்போது இழப்பு யாருக்கு? அந்த சர்வருக்கா? அல்லது ஒட்டுமொத்த ஹோட்டலுக்குமா? அந்த ஹோட்டலில் வாடிக்கையாளர்கள் குறைந்து நஷ்டம் ஏற்பட்டால், அது அந்த சர்வரையும் பாதிக்கும்தானே?

நம்மில் பலர், இதை யோசிப்பதே கிடையாது. என்னுடைய வேலை இது, நான் அதை ஒழுங்காகச் செய்து முடித்துவிட்டேன், போதும் என்று திருப்தி அடைந்துவிடுகிறார்கள். அதற்குமேல், ஒரு சின்னத் துரும்பைக்கூட அவர்கள் இந்தப் பக்கம் அந்தப் பக்கம் நகர்த்திவைப்பது கிடையாது.

'எனக்கு ஒதுக்கப்பட்ட கடமையை நான் சரியாகச் செய்துவிட்டேன், போதாதா?' என்பதுதான் இவர்களுடைய வாதம். இப்படிச் சொல்லி விலகிக்கொள்வது, 'இது என் பொறுப்பு அல்ல' என்று தட்டிக்கழிப்பது மிகவும் சுலபம். ஆனால், எல்லோரும் இப்படி நினைத்துவிட்டால், கடைசியில் பாதிக்கப்படுகிறவர் நம்முடைய வாடிக்கையாளர்தானே?

'வாடிக்கையாளர்கள்தான் நம்முடைய தெய்வம்' என்றார் மகாத்மா காந்தியடிகள். தெய்வத்தைப் பூஜிக்க நேரம், காலம் கிடையாது. அதுபோல, ஒரு நிறுவனத்தின் ஊழியர், அலுவலகத்தில் இருக்கும் எட்டு மணி நேரத்துக்குமட்டுமின்றி, எந்நேரமும் அதன் பிரதிநிதியாக, சிறந்த ஊழியராகச் செயல்படுவது அவசியம்.

இதன் அர்த்தம், நாள்முழுக்க அலுவலக வேலைகளைச் செய்துகொண்டிருக்கவேண்டும் என்பது அல்ல. ஆனால், எந்நேரமும் நம்முடைய நிறுவனக் கடமைகளை மறந்துவிடக் கூடாது. சுவாசம்போல, அது உள்ளுக்குள் ஓடியபடி இருக்கவேண்டும்.

விப்ரோ நிறுவனத்தின் நிறுவனர், தலைவர் அஸிம் ப்ரேம்ஜி, தொழில் விஷயமாக யாரையோ சந்திக்கச் சென்றிருந்தார். பேச்சுவார்த்தைகள் நல்லபடியாக முடிந்தன. அப்போது, ப்ரேம்ஜி அவர்களிடம் கேட்டார், 'நீங்கள் உங்களுடைய அலுவலகத்தில் விப்ரோ மின் விளக்குகளைப் பயன்படுத்துவதில்லையே, ஏன்?'

ப்ரேம்ஜி அங்கே சென்றது, வேறொரு வேலைக்காக. ஆனால் அந்த அலுவலகத்தில் தன்னுடைய நிறுவனத்தின் விளக்குகளைக் காணோம் என்றதும், அவருக்குள் இருந்த நிறுவன ஊழியர் விழித்துக்கொண்டுவிட்டார். தன்னுடைய கடமையைச் செய்யத் தயாராகிவிட்டார்.

இந்தப் பழக்கம், எப்போது வரும்? இது நம்முடைய நிறுவனம், அதனை வெற்றியடையச் செய்வது நமது கடமை என்கிற உண்மையான உணர்வு இருந்தால்மட்டுமே நம்மால் இப்படிச் செயல்படமுடியும்!

58. உடனடிப் பதவி உயர்வை எதிர்பார்க்காமல் இருத்தல் (Not Expecting To Become A Supervisor In The First Six Months)

ஒரு நிறுவனத்தில் புதிதாகச் சேர்கிறவர்கள், தங்களுடைய தகுதி, திறமை, அனுபவத்துக்கு ஏற்ற பதவி, பொறுப்புகளை எதிர்பார்ப்பது சகஜம்.

ஆனால் அதேசமயம், நாம் இன்னொரு விஷயத்தையும் யோசிக்கவேண்டும், இந்தப் புதிய நிறுவனத்தில் நாம் இன்னும் கத்துக்குட்டிகள்தான். ஏற்கெனவே அங்கு பணிபுரிந்துகொண்டிருக்கும் ஊழியர்களோடு ஒப்பிடும்போது, நாம் கற்றுக்கொள்வதற்கு இன்னும் ஏகப்பட்ட விஷயங்கள் இருக்கின்றன. அதையெல்லாம் பயின்று, நமது திறமையை நிரூபித்தபிறகு, தைரியமாக நெஞ்சு நிமிர்த்திப் பதவி உயர்வு கேட்கலாம்!

அதுவரை, குறைந்தபட்சம் முதல் ஆறு மாதங்களுக்காவது எந்தப் பதவி உயர்வு, சம்பள அதிகரிப்பையும் எதிர்பார்க்காமல் இருப்பதுதான் நல்லது என்கிறார்கள், இந்த விஷயத்தை அவர்கள்

நேர்முகத் தேர்வின்போதே உங்களிடம் சொல்லிவிட்டால் சந்தோஷம், இல்லாவிட்டாலும்கூட, நாமாகப் புரிந்துகொண்டு தயாராக இருந்துவிடுவது நலம்!

60. பேச்சுத் திறமை - பொதுமக்களிடம், சக ஊழியர்களிடம், மேற்பார்வையாளர்கள், உயர் அதிகாரிகளிடம், வாடிக்கையாளர்களிடம் உரியமுறையில் பேசும் திறன் (Communication Skills With Public, Fellow Employees, Supervisors, And Customers)

நம்முடைய வாழ்க்கை மொத்தமும், தகவல்களின் அடிப்படையில்தான் அமைந்திருக்கிறது. ஒருவருக்கு ஒருவர் தகவல்களைப் பரிமாறிக்கொள்ளாவிட்டால், மொத்த உலகமும் இயங்காமல் நின்றுவிடும்.

இந்த விதிமுறை நம்முடைய வீடு, அலுவலகம், பொது இடங்கள் என எங்கேயும் பொருந்தும். நாம் பசியாக இருக்கிறோம் என்கிற தகவல், சமைக்கிற அம்மாவுக்குச் சென்று சேரவேண்டும், ஆசிரியர் நடத்துகிற பாடம், நம் மூளைக்கு வந்து சேரவேண்டும், கடைக்குச் சென்று பொருள் வாங்கினால், நம்முடைய தேவை என்ன என்பது அவர்களுக்குப் புரியவேண்டும், இதில் எங்கே குறைபாடு ஏற்பட்டாலும், பிரச்னைதான்!

தகவல் தொடர்பு என்பது, அலுவலகத்திலும் மிக முக்கியமான பங்கு வகிக்கிறது, ஒரு சின்ன எடுத்துக்காட்டு பாருங்கள்.

‘டிஸ்னி லாண்ட்’ கேள்விப்பட்டிருப்பீர்கள். அமெரிக்காவில் இருக்கும் மிகப் பிரபலமான உல்லாசப் பூங்கா. குழந்தைகள்முதல் பெரியவர்கள்வரை எல்லோரும் வந்து விளையாடும் உற்சாகத் தலம்.

அங்கே வந்த ஒருவர், ‘பூங்கா எப்போது மூடுவீர்கள்?’ என்று விசாரித்தார்.

அதற்கு, கவுன்டரில் இருந்தவர் சொன்ன பதில், ‘எங்கள் பூங்கா எட்டு மணிவரை திறந்திருக்கும்’

வித்தியாசம் புரிகிறதில்லையா? பூங்காவை எட்டு மணிக்கு மூடுவோம் என்று சொல்லாமல், எட்டு மணிவரை திறந்திருக்கும் என்று சொல்வது, இல்லாத விஷயத்துக்கு முக்கியத்துவம் தராமல், இருப்பதைச் சொல்லி வலியுறுத்துகிற தந்திரம்!

இதுபோல் தினசரி வாழ்க்கையில் நாம் நமது சக ஊழியர்களிடம், வாடிக்கையாளர்களிடம், உயர் அதிகாரிகளிடம் எத்தனையோ விஷயங்களைப் பகிர்ந்துகொள்கிறோம். அந்தத் தகவல்கள் சரியானபடி சென்று சேர்கின்றனவா என்பதில் நாம் கவனமாக இருப்பது அவசியம்.

உங்களுடைய அதிகாரி, உங்களிடம் ஒரு பெரிய வேலையை ஒப்படைக்கிறார், 'அடுத்த வெள்ளிக்கிழமைக்குள்ள இதை முடிச்சுக் கொடுத்துடுப்பா' என்று சொல்கிறார். நீங்களும் சுறுசுறுப்பாக வேலையைத் தொடங்குகிறீர்கள்.

ஆனால், அடுத்த வெள்ளிக்கிழமை உங்களால் வேலையை முடிக்கவில்லை. இன்னும் இரண்டு நாள் கூடுதலாகத் தேவைப்படும் என்று உங்களுடைய மேலதிகாரியைச் சந்தித்துச் சொல்கிறீர்கள்.

இப்போது அவர் என்ன நினைப்பார்? 'இந்தப் பையன் வேஸ்ட், கொடுத்த வேலையை ஒழுங்கா முடிக்கத் தெரியலை'

உண்மையில், இங்கே உங்கள்மீது எந்தத் தவறும் இல்லை. நிஜமாகவே அந்த வேலை மிகப் பெரியது. ஆகவே உங்களால் வெள்ளிக்கிழமைக்குள் வேலையை முடிக்க இயலவில்லை. ஆனால், அந்த விஷயத்தை நீங்கள் மேலதிகாரியிடம் வெள்ளிக்கிழமை காலை சொன்னீர்களே, அதுதான் தப்பு.

காரணம், அவரைப் பொறுத்தவரை, உங்களிடம் ஒரு வாரம் முன்பாகவே இந்த வேலையை ஒப்படைத்துவிட்டார், அதன்பிறகு நீங்கள் சத்தம் காட்டாமல் உட்கார்ந்திருந்தபோது அவர் என்ன நினைப்பார்? ஒழுங்காக வேலை நடக்கிறது என்றுதானே?

ஆனால், நீங்கள் என்ன செய்தீர்கள்? கடைசி நேரத்தில் அவரிடம் வந்து, 'வேலை முடியவில்லை' என்று குண்டைப் போட்டு உடைக்கிறீர்கள். அவருக்கு எரிச்சல் வருமா? வராதா?

அதற்குபதிலாக, வேலை செய்யத் தொடங்கிய முதல் நாளே, அதன் பிரம்மாண்டத்தை உணர்ந்து, 'சார் இந்த வேலை வெள்ளிக்கிழமைக்குள் முடியாது என்று நினைக்கிறேன்' என ஒரு வார்த்தை சொல்லியிருக்கலாம். அவரும் அந்தத் தாமதத்துக்குத் தயாராக இருந்திருப்பார்.

இப்படி ஒரு சின்னத் தகவலை முன்கூட்டியே தெரிவிக்காத காரணத்தால், உங்களுடைய திறமையின்மீது கறும்புள்ளி விழுந்துவிட்டது. தேவையா?

ஆங்கிலத்தில் '*Communication*' என்று சொல்லப்படும் இந்தத் தகவல் தொடர்பு, இன்றைய உலகத்தில் மிக மிக முக்கியமான தேவை. பக்கத்து இருக்கையில் அமர்ந்திருக்கும் சக ஊழியரிடம் பேசுவதில் தொடங்கி, நமக்குக் கீழே வேலை செய்கிறவர்களுக்குக் கட்டளையிடுவது, நிர்வகிப்பது, மேடையேறிப் பேசுவது, தொலைபேசிப் பேச்சுகள், கடிதத் தொடர்புகள், ஈமெயில் தொடர்புகள் என்று பலவிதங்களில் தகவல் தொடர்புகள் பரந்து விரிகின்றன.

ஒருவர் எத்தனை பெரிய திறமைசாலியாக இருப்பினும், சரியாகப் பேசுவதற்கு, தகவல்களை வெளிப்படுத்துவதற்குத் தெரிந்துகொள்ளாதவரை, அவர் ஓர் ஊமையைப்போல்தான். தினசரிக் கடமைகளைப் புரிந்துகொண்டு செய்வதற்கும் சரி, நமது தகுதியை, சாதனைகளை வெளிக்காட்டுவதற்கும், இது ஒரு முக்கியமான தேவையாக இருக்கிறது. இதன் முக்கியத்துவத்தை உணர்ந்து சரியாகப் பயன்படுத்திக்கொள்கிறவர்கள், மற்றவர்களைவிடப் பலமடங்கு விரைவாக முன்னேறிச் செல்லமுடியும்.

இப்போது, இந்த அறுபது திறமைகளையும் உங்கள் வசதிக்காக ஒன்றாகப் பட்டியல் போட்டிருக்கிறோம்:

1. கணித அறிவு *(Mathematics)*
2. பாதுகாப்பு உணர்வு *(Safety)*
3. நாகரிகம், மரியாதை உணர்வு *(Courtesy)*
4. நேர்மை *(Honesty)*
5. இலக்கண அறிவு *(Grammar)*
6. நம்பகத்தன்மை *(Reliability)*
7. வளைந்து கொடுக்கும் தன்மை *(Flexibility)*
8. குழுவோடு இணைந்து பணியாற்றும் திறமை *(Team Skills)*
9. கண்களைப் பார்த்துப் பேசுவது *(Eye Contact)*
10. ஒத்துழைப்பு *(Cooperation)*
11. சூழ்நிலைக்கேற்ப நம்மை மாற்றிக்கொள்ளும் தன்மை *(Adaptability)*
12. விதிமுறைகளைப் பின்பற்றுவது *(Follow Rules)*
13. தன்னைத்தானே வழிநடத்திக்கொள்ளும் தன்மை *(Self&-directed)*
14. நல்ல மனப்போக்கு / மனப்பான்மை *(Good Attitude)*
15. எழுத்துத் திறமை *(Writing Skills)*
16. வாகனம் ஓட்டும் திறமை / உரிமம் *(Driver's License)*
17. நம்பகத்தன்மை *(Dependability)*
18. உயர்நிலைக் கணிதம் *(Advanced Mathematics)*
19. தன்னைத்தானே மேற்பார்வையிட்டுக்கொள்ளும் தன்மை *(Self&supervising)*

20. நாலு பேரிடம் நல்ல பெயர்! *(Good References)*
21. போதை மருந்து / மற்ற கெட்ட பழக்கங்கள் இல்லை *(Being Drug Free)*
22. ஒழுங்கான வருகை *(Good Attendance)*
23. தனிப்பட்ட ஆற்றல், உற்சாகமாக வேலை பார்க்கும் தன்மை *(Personal Energy)*
24. அனுபவம் *(Work Experience)*
25. அளவிடும் திறமை *(Ability To Measure)*
26. தனிப்பட்ட நாணயம் *(Personal Integrity)*
27. முந்தைய வேலைத் திறமை, சாதனைகள் *(Good Work History)*
28. தொழில் தர்மம் / பணி ஒழுக்கம் *(Positive Work Ethic)*
29. அடுத்தவர்களிடம் பழகும் தன்மை *(Interpersonal Skills)*
30. அடுத்தவர்களை ஊக்குவிக்கும் திறமை *(Motivational Skills)*
31. கல்விக்கு மரியாதை, மதிப்பு *(Valuing Education)*
32. தனிப்பட்ட ஈர்ப்பு சக்தி *(Personal Chemistry)*
33. கற்றுக்கொள்வதில் ஆர்வம், விருப்பம் *(Willingness To Learn)*
34. பொது / அடிப்படை / சமுதாய அறிவு *(Common Sense)*
35. சிந்தனைத் திறன் *(Critical Thinking Skills)*
36. பின்ன அறிவு *(Knowledge Of Fractions)*
37. நேரம் தவறாமை *(Reporting To Work On Time)*
38. அளவிடுகிற, கணக்கிடுகிற சாதனங்களைப் பயன்படுத்தும் திறமை *(Use Of Rulers And Calculators)*

39. நல்ல தோற்றம் *(Good Personal Appearance)*

40. எதையும் சிறப்பாகச் செய்யவேண்டும் என்கிற ஆர்வம் *(Wanting To Do A Good Job)*

41. அடிப்படை மொழி அறிவு, இலக்கண அறிவு *(Basic Spelling And Grammar)*

42. படித்துப் புரிந்துகொள்ளும் திறமை *(Reading And Comprehension)*

43. நெறிமுறைகளைப் பின்பற்றுவது *(Ability To Follow Regulations)*

44. பொறுப்பெடுத்துக்கொள்கிற விருப்பம் *(Willingness To Be Accountable)*

45. வேலைக்கான விண்ணப்பத்தை நிரப்பும் திறமை *(Ability To Fill Out A Job Application)*

46. இலக்குகளை எட்டும் குணம் *(Ability To Make Production Quotas)*

47. அடிப்படை உற்பத்திப் பணிப் பயிற்சி *(Basic Manufacturing Skills Training)*

48. நம்முடைய தொழில் எப்படி நடக்கிறது என்பதை அறிந்துவைத்திருப்பது *(Awareness Of How Business Works)*

49. ஒரு வேலை முடியும்வரை அதில் முழு கவனத்துடன் இருப்பது *(Staying On The Job Until It Is Finished)*

50. கட்டளைகள், விதிமுறைகளைப் படித்துப் புரிந்துகொண்டு பின்பற்றும் திறன் *(Ability To Read And Follow Instructions)*

51. எந்த நேரத்திலும் வேலை செய்யத் தயாராக இருத்தல் *(Willingness To Work Second And Third Shifts)*

52. நிறுவனம் வெற்றியடையவேண்டும் என்பதில் அக்கறை *(Caring About Seeing The Company Succeed)*

53. உலக ஞானம் *(Understanding What The World Is All About)*

54. கேட்டுப் புரிந்துகொண்டு எழுதுகிற திறமை *(Ability To Listen And Document What You Have Heard)*

55. தொடர்ந்து படிக்கவும் பயிற்சி பெறவும் தயாராக இருத்தல் *(Commitment To Continued Training And Learning)*

56. கட்டளைகளைப் பின்பற்றுகிற, விளைவுகளுக்குப் பொறுப்பேற்கிற விருப்பம் *(Willingness To Take Instruction And Responsibility)*

57. அலுவலகச் சூழலை உணர்ந்து, நம்மோடு பணிபுரிகிறவர்களைப் புரிந்துகொண்டு செயல்படுவது *(Ability To Relate To Coworkers In A Close Environment)*

58. உடனடிப் பதவி உயர்வை எதிர்பார்க்காமல் இருத்தல் *(Not Expecting To Become A Supervisor In The First Six Months)*

59. வழக்கமான எட்டு மணி நேர வேலைக்குப் பிறகும், சிறந்த ஊழியராக, நிறுவனத்தின் பிரதிநிதியாகச் செயல்படுதல் *(Willingness To Be A Good Worker And Go Beyond The Traditional Eight&hour Day)*

60. பேச்சுத் திறமை - பொதுமக்களிடம், சக ஊழியர்களிடம், மேற்பார்வையாளர்கள், உயர் அதிகாரிகளிடம், வாடிக்கையாளர்களிடம் உரியமுறையில் பேசும் திறன் *(Communication Skills With Public, Fellow Employees, Supervisors, And Customers)*

இந்த அறுபது திறமைகளில், எத்தனை உங்களிடம் இருக்கிறது, எத்தனை இல்லை? ஒரு சுய பரிசோதனை செய்துகொள்ளுங்கள், இல்லாதவற்றை வளர்த்துக்கொள்ளத் திட்டமிடுங்கள்.

அதற்கு ஓர் எளிய வழி, இந்தப் பட்டியலை அப்படியே வெட்டி, ஓர் அட்டையில் ஒட்டி, உங்களுடைய மேஜைக்குமேல் தொங்கவிடுங்கள், அதைப் பார்க்கப் பார்க்க, எதிலெல்லாம் நாம் முன்னேறவேண்டும் என்பது உங்களுக்குத் தெரியவேண்டும். அவற்றைக் கவனித்து முன்னேற முன்னேற, நம்முடைய தன்னம்பிக்கையிலும், கிடைக்கிற பலன்களிலும் பெரிய முன்னேற்றத்தை உடனடியாகப் பார்க்கமுடியும்!

ஆனால் ஒன்று, வேலை கிடைத்ததும், இந்தக் காகிதத்தைக் கிழித்துப் பறக்கவிடாதீர்கள். இந்தப் பட்டியல் வேலைக்குச் சேர்வதற்குமட்டுமல்ல, அதன்பிறகும் நாம் கிடைத்த வேலையில் சிறப்பாகப் பணியாற்றவும், பெரிய அளவில் முன்னேறவும், சுருக்கமாகச் சொன்னால் வாழ்க்கைமுழுவதும் இந்தப் பட்டியல் அவசியம்.

மென் திறமைகள் படிக்கட்டுகள்போல உங்களிடம் திறமை என்கிற பலம் இருந்தால், இந்தப் படிக்கட்டுகளைப் பயன்படுத்தி மேலே மேலே போகலாம், உங்கள் வெற்றிக்கு அட்வான்ஸ் வாழ்த்துகள்!

12. கடைசிப் பந்தில் எத்தனை ரன்?

இப்போது, வேலை தேடுவதற்கான செக்லிஸ்ட் ஒன்று போடலாமா?

- நான் நன்றாகப் படித்திருக்கிறேன், இந்த வேலைக்குத் தேவையான படிப்பு அறிவு, ஞானம் எனக்கு உண்டு
- (அவசியப்பட்டால்) வேலை முன் அனுபவம் இருக்கிறது
- என்னைப்பற்றி நான் ஒரு பிரமாதமான ரெஸ்யூமெ எழுதிவைத்திருக்கிறேன்
- வேலைக்குத் தேவையான 'மென் திறமை'கள் அனைத்தையும் புரிந்துவைத்திருக்கிறேன், என்னால் முடிந்தவரை அவற்றைச் சிறப்பாக வளர்த்துக்கொண்டிருக்கிறேன்
- ஆப்டிட்யூட், தொழில்நுட்பத் தேர்வுகள், குழு விவாதங்களிலெல்லாம் கலக்கிவிட்டேன்

இவை எல்லாம் முடிந்து, கடைசியாக நேர்முகத் தேர்வு அறைக்குள் நுழைகிற சூழ்நிலையில், ஒரு விஷயத்தை நன்றாக வைத்துக்கொள்ளுங்கள். நாம் இதுவரை 90% கிணற்றைத் தாண்டிவிட்டோம், மீதமிருக்கும் 10%தான் மிக மிக முக்கியமானது.

இந்த விஷயத்தைப் பாஸிட்டிவாகப் பார்க்கவேண்டும் என்றால், இன்னும் ஒரே ஒரு சவால் மீதமிருக்கிறது, இதைமட்டும் சமாளித்துவிட்டால், நமக்குதான் வேலை!

அதேசமயம், இந்த 10%ல் சொதப்பினால், அவ்வளவுதான். இதுவரை நாம் மெனக்கெட்ட 90% உழைப்பும் வீணாகிவிடும், மீண்டும் பூஜ்ஜியத்திலிருந்து தொடங்கவேண்டும்.

ஒரு கிரிக்கெட் வீரர், கஷ்டப்பட்டு விளையாடி செஞ்சுரி அடிக்கிறார். ஆனால் கடைசிப் பந்தில் இரண்டு ரன் எடுக்கமுடியாமல், அவருடைய அணி தோற்றுப்போய்விடுகிறது. மறுநாள் செய்தித் தாள்களில் தலைப்புச் செய்தி என்னவாக இருக்கும்?

அணியில் 'தோல்வி'யைதான் மக்கள் பேசுவார்கள், அந்த வீரரின் செஞ்சுரியை அல்ல.

ஆக, இதுவரை சேர்த்த நூறு ரன்களைவிட, கடைசிப் பந்தில் சேர்க்காத இரண்டு ரன்கள் முக்கியத்துவம் பெறுகின்றன. இன்டர்வ்யூ விஷயமும் அப்படிப்பட்டதுதான்.

இந்த வேலைக்காக, நூற்றுக்கணக்கில், ஆயிரக்கணக்கில் மக்கள் விண்ணப்பம் செய்திருக்கிறார்கள். அவர்களையெல்லாம் கொஞ்சம் கொஞ்சமாக வடிகட்டி, சிலர்மட்டும் இந்த இறுதிச் சுற்றுக்குத் தேர்வாகியுள்ளார்கள்.

இதன் அர்த்தம், நேற்றுவரை நீங்கள் பத்தோடு பதினொன்று, இப்போதுதான், உங்களுடைய நிஜமான முக்கியத்துவம் தொடங்குகிறது, உங்களுக்கு நாளை வேலை தரப்போகிற அதிகாரிகளை நேருக்கு நேர் சந்திக்கப்போகிறீர்கள்.

இந்த முக்கியமான சந்திப்பின்போது, அவர்கள் உங்களைப்பற்றி என்ன நினைக்கப்போகிறார்கள்? அந்த பிம்பத்தை உருவாக்குவதில்தான் நம்முடைய கவனம் இருக்கவேண்டும்.

அதாவது, திறமை, படிப்பு, அனுபவம், நல்ல குணங்கள் எல்லாமே முக்கியம்தான். ஆனால் இந்தக் கடைசிப் படியில் நல்லதொரு தாக்கத்தை ஏற்படுத்துவது இன்னும் முக்கியம்.

'நேர்முக'த் தேர்வு என்றாலே, அதில் அடிப்படையான விஷயம் பேச்சு. நாம் பேச, அவர்கள் கேட்கவேண்டும், அவர்கள் கேள்விகளை வீச, நாம் பதில் சொல்லவேண்டும், அவ்வளவுதான்.

கேட்பதற்குச் சுலபமாக இருக்கிறது. ஆனால் எதார்த்தத்தில்?

இன்டர்வ்யூ செல்கிறவர்கள் முதலில் புரிந்துகொள்ளவேண்டிய விஷயம், இங்கே பேசத் தயங்கக்கூடாது. அதிகமாகப் பேசினால் தப்பில்லை, குறைவாகப் பேசுவதுதான் ஆபத்து.

சிலர், நாம் வளவளவென்று பேசினால் அவர்கள் தவறாக நினைத்துக்கொள்வார்களோ என்று தயங்குவார்கள். அதற்கு அவசியமே இல்லை. நாம் பேசுவதைக் கேட்பதற்குதான் அவர்கள் வந்திருக்கிறார்கள். நிறையப் பேசினால்தான், நம்மை அவர்கள் நன்கு எடைபோடுவதற்கான வாய்ப்புகள் அதிகரிக்கும்.

அதேசமயம், நாம் என்ன பேசுகிறோம் என்பதிலும் கவனமாக இருக்கவேண்டும். தெரியாத விஷயத்தில் வாயைக் கொடுத்து மாட்டிக்கொள்ளக்கூடாது.

இன்டர்வ்யூ என்றாலே, அதிகாரிகள் கையில் பத்துப் பதினைந்து கேள்விகளோடு உட்கார்ந்திருப்பார்கள், நாம் உள்ளே நுழைந்ததும் தொலைக்காட்சியில் வருகிற 'ரேபிட்ஃபயர்' வினாடிவினா நிகழ்ச்சிகளைப்போல வரிசையாகக் கேள்விகளைத் துப்புவார்கள் என்பதுதான் நம்முடைய கற்பனை.

ஆனால், இந்தக் காலத்தில் நேர்முகத் தேர்வுகள், பெரும்பாலும் இப்படித் தொடங்குவதில்லை. நாம் எதில் திறமைசாலிகள் என்பதைத் தெரிந்துகொண்டு, அதுபற்றி விரிவாகப் பேசுவதையே அவர்கள் விரும்புகிறார்கள்.

நூற்றுக்குத் தொண்ணூற்றொன்பது 'இன்டர்வ்யூ'க்கள், மிகச் சாதாரணமான, சம்பிரதாயமான கேள்விகளோடுதான் தொடங்குகின்றன - நீங்கள் யார்? எங்கிருந்து வருகிறீர்கள்?

அப்பா, அம்மா என்ன செய்கிறார்கள்? உங்களுடைய பொழுதுபோக்கு என்ன? - இப்படி.

அப்போதுதான், வந்திருக்கும் இளைஞர் இன்டர்வ்யூ பயம் எதுவும் இல்லாமல் இயல்பாகப் பேசத் தொடங்குவார். அதன்பிறகு, தொழில்நுட்பம் சார்ந்த சீரியஸ் கேள்விகளுக்கு வந்தால், அவரால் தனது திறமையை முழுவதுமாக வெளிப்படுத்தமுடியும்.

இந்த விஷயத்தில், என்னுடைய நண்பர் ஒருவருக்கு வேடிக்கையான அனுபவம். அவரை இன்டர்வ்யூ செய்த அதிகாரி, 'உங்களுடைய பொழுதுபோக்கு என்ன?' என்று சாதாரணமாக விசாரித்திருக்கிறார்.

உடனே இவருக்குத் தயக்கம், 'சொன்னால் சிரிக்கமாட்டீர்களே சார்?' என்று கேட்டிருக்கிறார்.

'சொல்லுங்கள், நிச்சயமாகச் சிரிக்கமாட்டேன்'

'எனக்குப் பாம்புகள் என்றால் ரொம்பப் பிடிக்கும், பாம்புகளைப்பற்றிப் படிப்பதும், அவற்றை நேரில் பார்த்து ஆராய்ச்சி செய்வதும்தான் என்னுடைய பொழுதுபோக்கு' என்றார் நண்பர், 'நானே இருபது, முப்பது பாம்புகளைப் பிடித்து மிருகக்காட்சிசாலையில் ஒப்படைத்திருக்கிறேன்.'

இப்படி அவர் சொன்னதும், அந்த அதிகாரிக்கு சுவாரஸ்யமாகிவிட்டது. பாம்பென்றால் படையே நடுங்கும். ஆனால் இந்த ஆள், அதைப்போய்ப் பொழுதுபோக்காக வைத்திருக்கிறானே என்று வியந்த அவர், அதைப்பற்றி இன்னும் விரிவாகக் கேட்டிருக்கிறார்.

அவ்வளவுதான், நண்பர் நாற்காலியிலேயே சம்மணக்கால் போட்டு உட்கார்ந்துகொண்டு, பல வகைப் பாம்புகள், எதில் விஷம் உண்டு, எதில் இல்லை, பாம்புகளைப்பற்றிய நமது தவறான எண்ணங்கள், பாம்புகள் மனிதர்களை வேண்டுமென்றே கொத்துமா, பழிவாங்குமா, பாம்பிடம் மாணிக்கக் கல்

உண்டா, வீட்டில் திடீரென்று பாம்பு புகுந்துவிட்டால் என்ன செய்யவேண்டும் என்றெல்லாம் விளக்க ஆரம்பித்துவிட்டார்.

அரை மணி நேரம், ஒரு மணி நேரம் போனதே தெரியவில்லை, கடைசியில் அவருக்கு வேலை கிடைத்துவிட்டது.

பாம்பு பிடிக்கிற வேலை இல்லை, பாங்க் அதிகாரி வேலை!

ஆச்சர்யமாக இருக்கிறதில்லையா? வங்கிப் பணிக்கான இன்டர்வ்யூவில் ஒருவர் எப்படிப் பாம்புகளைப்பற்றிப் பேசி வேலை வாங்கமுடியும்?

நிச்சயமாக முடியும். காரணம், வந்திருப்பவருக்கு எதைப்பற்றிப் பேச ஆர்வமோ, அதைப் பேசத் தூண்டி, அதன்மூலம் அவர்களுடன் ஒரு நல்லுறவை ஏற்படுத்திக்கொள்ளலாம் என்பதுதான், இன்டர்வ்யூ செய்கிறவர்களின் திட்டம்.

எங்கள் அலுவலக நிமித்தம், நான் பலரை இன்டர்வ்யூ செய்யவேண்டியிருக்கும். அவர்களிடமெல்லாம் நான் தொழில்நுட்ப விவகாரங்களைப் பேசுவதில்லை. அவர்களுடைய சொந்தக் கிராமம்பற்றிக் கேட்பேன், பொழுதுபோக்குபற்றி விசாரிப்பேன், சமீபத்தில் பார்த்த படத்தைப்பற்றி விவரிக்கச் சொல்வேன், டிவியில் அவர்களுக்குப் பிடிக்காத ஒரு நிகழ்ச்சியைக் காரணத்துடன் விளக்கச் சொல்லிக் கேட்பேன்.

இதற்கும், அவர்கள் பார்க்கப்போகும் வேலைக்கும் எந்தச் சம்பந்தமும் கிடையாது. ஆனால் அதேசமயம், இதன்மூலம் அவர்களுடைய தயக்கம் உடையும், சகஜமாகப் பேசத் தொடங்கிவிடுவார்கள், அதிலிருந்தே அவர்களுடைய பல திறமைகள், குணங்களைப் புரிந்துகொண்டுவிடலாம்.

நம்மில் ஒவ்வொருவருக்கும் வெவ்வேறு துறைகளில் ஆர்வம் இருக்கலாம். அதைப்பற்றிப் பேசும்போது, இன்டர்வ்யூ பயம் இல்லாமல், தடுமாறாமல் இயல்பாகப் பேசமுடியும். இதன்மூலம், நமது (ஆங்கிலப்) பேச்சுத்திறனையும் நேர்முகத் தேர்வு அதிகாரிக்கு மறைமுகமாகத் தெரிவித்துவிடலாம்.

சாதாரணமாக நன்கு ஆங்கிலம் பேசுகிறவர்கள்கூட, இன்டர்வ்யூ அறைக்குள் உட்கார்ந்திருக்கும்போது திணறுவார்கள். இதற்குக் காரணம், அடுத்து என்ன கேள்வி வருமோ என்கிற அநாவசியமான பதற்றம்தான்.

நேர்முகத் தேர்வுகளில் வெற்றி பெறுவதற்கான முக்கியமான தந்திரம், ஒரு நேரத்தில் ஒரு விஷயத்தைப்பற்றிச் சிந்திப்பதுதான். எப்போதும் அடுத்த கேள்வியைப்பற்றி யோசித்துக் கவலைப்பட்டுக்கொண்டிருந்தால், இப்போது நம்முன்னே இருக்கும் கேள்விக்குச் சரியாகப் பதில் சொல்லமுடியாது.

ஆகவே, டென்ஷன் இல்லாமல் இயல்பாக இருக்க முயற்சி செய்யுங்கள். ஒவ்வொரு வார்த்தையையும் யோசித்துப் பேசவேண்டும் என்கிற அவசியம் இல்லை. சாதாரணமாக ஒரு புதிய நபரைச் சந்திக்கும்போது அவருடன் எப்படி ஒரு பணிவு கலந்த நட்பை ஏற்படுத்திக்கொள்வீர்களோ, இன்டர்வ்யூ அதிகாரியுடனும் அப்படிப்பட்ட ஒரு தோழமையுடன் பேசுவது அவசியம்.

உங்களைக் கடித்துக் குதறிவிடவேண்டும் என்பது வந்திருக்கும் அதிகாரியின் நோக்கம் அல்ல. நீங்கள் உங்களுடைய திறமையைச் சரியாக நிரூபித்துவிட்டால், நாளைக்கு அந்த அதிகாரியும் நீங்களும் ஒரே நிறுவனத்தில் பணிபுரியப்போகிறீர்கள். அதைமட்டும் ஞாபகத்தில் வைத்துக்கொண்டால், தானாகச் சிரிப்பு வரும், இயல்பாகப் பேசமுடியும்.

இன்டர்வ்யூ அறையில், நம்முடைய கவனம், நமது திறமைகளை வெளிப்படுத்துவதில், அதாவது மூளையில்மட்டும் இருந்தால் போதாது. மற்ற உடல் பாகங்களையும் கவனிக்கவேண்டும்.

அதென்ன 'மற்ற உடல் பாகங்கள்'? புதுசாக இருக்கிறதே!

புதுசு இல்லை சார், பழசு, ஹைதர் அலி காலத்துப் பழசு, அவருடைய பாட்டன், பூட்டன், ஆதாம், ஏவாள் காலத்துப் பழசு!

13. இருட்டறைக்குள் கொஞ்சம் வெளிச்சம்

இன்டர்வ்யூ அறையில், நன்றாகப் 'பேச'த் தெரியவேண்டும் என்று சொன்னோம்.

அப்படியானால், 'நேர்முக'த் தேர்வு எதற்கு? ஒருவரைத் தொலைபேசியில் அழைத்து இன்டர்வ்யூ நடத்திவிடலாமே?

இன்றைய நவீன நிறுவனங்களில், பல நேர்முகத் தேர்வுகள் தொலைபேசிமூலம் நடைபெறுவது வழக்கம்தான். ஆனாலும், கட்டக்கடைசியாக அவரை நேரில் வரச்சொல்லிச் சந்தித்துப் பேசியபிறகுதான், அப்பாயின்மென்ட் ஆர்டரைக் கையில் கொடுப்பார்கள். ஏன்?

இதற்கு முக்கியமான காரணம், பேசுவது வாய்மட்டுமல்ல, நம்முடைய உடல்முழுவதும்தான்.

தினசரி வாழ்க்கையில், நாம் ஒவ்வொருவரைச் சந்திக்கும்போதும், அங்கே ஒரு மினி நாடகம் நடக்கிறது.

இந்த நாடகங்களில், காரசாரமான வசனங்கள் இருக்கலாம், அல்லது ஒரு வார்த்தைகூடப் பேசாமல் வெறும் மௌன மொழியிலேயே நடந்து முடிந்துவிடுகிற நாடகங்களும் உண்டு.

உங்களுடைய நண்பருடன் தெருமுனைக்கு நடந்து செல்கிறீர்கள். ஒரு பிச்சைக்காரர் எதிர்ப்பட்டு, 'ஐயா சாமி, தர்மம் பண்ணுங்க' என்று கெஞ்சுகிறார். பாக்கெட்டிலிருந்து நாலணா நாணயம் ஒன்றை எடுத்துப் போடுகிறீர்கள்.

நாலணாவுக்கு, இந்தக் காலத்தில் எந்த மரியாதையும் கிடையாது. ஆனால், அவர் கெஞ்சுகிறார், நீங்கள் தானம் செய்கிறீர்கள். அந்த கம்பீர தோரணை உங்களுடைய முகத்தில், கை, கால்களை வைத்திருக்கும் முறையில் கச்சிதமாக வெளிப்படுகிறது.

அதுமட்டுமில்லை. பக்கத்தில் இருக்கும் நண்பரிடம், சுற்றியிருக்கிறவர்களிடமெல்லாம் 'நான் எத்தனை தாராளமானவன், பாருங்கள்' என்று சொல்லாமல் சொல்கிற தொனியும் அங்கே ஒளிந்திருக்கிறது.

இத்தனை செய்திகளையும் வெளிப்படுத்துவதற்கு, நீங்கள் வாயைத் திறந்து ஒரு வார்த்தைகூடப் பேசவேண்டியதில்லை. அதற்குபதிலாக, உங்களுடைய உடல் மொத்தமும் பேசாமல் பேசிவிடுகிறது.

'உடல் மொழி' *(Body Language)* என்று வர்ணிக்கப்படும் இந்த மனோதத்துவ நுட்பத்தை, நேர்முகத் தேர்வுக்குச் செல்கிறவர்கள் எல்லோரும் அவசியம் தெரிந்துவைத்திருக்கவேண்டும். அப்போதுதான், நம்மையும் அறியாமல் சில தவறான செய்திகளை நம்முடைய 'உடல்' பேசிவிடாதபடி பார்த்துக்கொள்ளமுடியும்.

பாடி லாங்வேஜ்பற்றி ஆங்கிலத்திலும் தமிழிலுமாக ஏகப்பட்ட புத்தகங்கள் கிடைக்கின்றன. அதற்காக, அவை அனைத்தையும் ஒன்றுவிடாமல் படித்து மனப்பாடம் செய்தால்தான் இதைப் புரிந்துகொள்ளமுடியும் என்று அர்த்தமில்லை.

அடிப்படையில், உடல் மொழி என்பது மிகச் சாதாரணமான, இயல்பான விஷயம். நம்மைச் சுற்றியுள்ள மனிதர்களைக் கொஞ்சம் கூர்ந்து கவனிக்கவேண்டும், அவர்களுடைய ஒவ்வொரு நடவடிக்கையும் நமக்குள், மற்றவர்களுக்குள் என்னவிதமான தாக்கத்தை ஏற்படுத்துகிறது என்று தொடர்ந்து

யோசித்துக்கொண்டிருக்கவேண்டும். இந்த இரண்டையும் ஒழுங்காகச் செய்தாலே போதும், பெரும்பாலான உடல் மொழி ரகசியங்கள் வசப்பட்டுவிடும்.

சில எடுத்துக்காட்டுகள் - இன்டர்வ்யூவுக்குச் செல்கிற நாம், நாற்காலியின் நுனியில் பட்டும் படாமலும் உட்காரவேண்டுமா, அல்லது நன்றாகச் சாய்ந்து உட்காரவேண்டுமா? தலைநிமிர்ந்து உட்காரலாமா, அல்லது கூன் முதுகா? அதிகாரிகளின் கண்களை நேருக்கு நேர் பார்த்து பதில் சொல்வதா, அல்லது எங்கேயோ வேடிக்கை பார்த்தபடி பேசுவதா?

இப்போது புரிகிறதில்லையா? அநாவசியமாகப் பதற்றத்தை வெளிக்காட்டாமல், நேராக நிமிர்ந்து உட்கார்ந்து, கேள்விகள் ஒவ்வொன்றையும் தைரியமாகச் சந்தித்து, எதிரில் இருக்கிறவர்களின் கண்களைப் பார்த்து பதில் சொல்லும்போது, அவர்கள் மனத்தில் நம்மைப்பற்றி ஒரு தன்னம்பிக்கை மிகுந்த பிம்பம் பதிகிறது.

ஏதேனும் ஒரு கேள்விக்கு பதில் தெரியவில்லையா? உடனே பயத்தில் கை, கால்களெல்லாம் நடுங்க, எங்கோ விட்டத்தை வெறித்தபடி ஒரு தவறான பதிலை உளறிக் கொட்டினால், நேர்முகத் தேர்வை நடத்துகிறவர்களுக்கு நம்மீது சுத்தமாக நம்பிக்கை போய்விடும்.

அதற்கு பதிலாக, அவர்களைப் பார்த்து நட்பாகப் புன்னகைக்கலாம். ‘எனக்கு இந்தக் கேள்விக்கு பதில் தெரியாது, ஸாரி’ என்று நேரடியாக உண்மையைச் சொல்லிவிடலாம்.

தப்பே இல்லை. உலகத்தில் எல்லாக் கேள்விகளுக்கும் பதில் தெரிந்தவர்கள் யாரும் கிடையாது. அப்படிப்பட்ட ஒருவரைத்தான் நான் வேலைக்குத் தேர்ந்தெடுப்பேன் என்று யாரேனும் பிடிவாதம் பிடித்தால், அவர்கள் காலம்முழுக்கக் காத்திருக்கவேண்டியதுதான்.

ஆகவே, நம்முடைய அறியாமையை நேர்மையாக ஒப்புக்கொள்வதுதான் நல்லது. ‘இந்த விஷயம் எனக்குத்

தெரியாது. சீக்கிரத்தில் தெரிந்துகொள்கிறேன்' என்கிற பணிவு கலந்த தொனியில், ஒரு சின்ன மன்னிப்பைக் கலந்து கொடுத்தால் போதும், எத்தனை பெரிய அதிகாரியும் இறங்கி வருவார்.

இந்த நேரத்தில்தான், நமக்கு எந்தப் பாடத்தில், அல்லது தலைப்பில் அதிக ஆர்வம் உண்டு என்கிற விஷயத்தைப் பதமாகச் சொல்லவேண்டும். 'இதில் கேள்வி கேளுங்கள்' என்று நாமாக எடுத்துக்கொடுத்தால்கூடத் தவறில்லை.

சில ஆண்டுகளுக்கு முன்புவரை, இன்டர்வ்யூ செய்கிற அதிகாரிதான் ராஜா. அவரால் 'பரிசோதிக்க'ப்படுகிற பட்டதாரிகள் எல்லோரும் குடிமக்கள்போல் அவர்முன்னே கைகட்டி, வாய்பொத்தி நிற்கவேண்டியிருக்கும், அவர் எத்தனை அசட்டுத்தனமாகப் பேசினாலும், விதண்டாவாதம் செய்தாலும், நமக்குச் சம்பந்தமே இல்லாத துறையிலிருந்து கேள்விகள் கேட்டாலும்கூட, பணிவாக கூழைக் கும்பிடு போட்டபடி பதில் சொல்லவேண்டும். இல்லாவிட்டால், வேலை கிடைக்காது!

ஆனால் இப்போது, அந்த நிலைமையெல்லாம் தலைகீழாக மாறிவிட்டது. நேர்முகத் தேர்வுகளுக்கு வருகிறவர்களை, இன்டர்வ்யூ அதிகாரிகள் நட்புடனும், மரியாதையுடனும்தான் நடத்துகிறார்கள், நடத்தவேண்டும்.

ஆகவே, அவர்களிடம் நமக்குப் பிடித்தமான, அல்லது நம்முடைய திறமை சிறப்பாக வெளிப்படுகிற ஒரு பாடத்தைக் குறிப்பிட்டுச் சொல்வது நல்லது. இதன்மூலம், அந்தப் பாடத்திலிருந்து கேள்விகள் கேட்கப்பட்டால், என்னால் நன்றாக பதில் சொல்லமுடியும் என்கிற நமது நம்பிக்கை வெளிப்படுகிறது.

இந்தக் காலத்தில், பெரும்பாலான நிறுவனங்கள், தங்களுடைய நேர்முகத் தேர்வுகளுக்கென்று கண்டிப்பான விதிமுறைகள் எவற்றையும் வகுத்துக்கொள்வதில்லை. இன்டர்வ்யூவுக்கு வருகிறவர்களைப் பொறுத்துதான், தங்களுடைய பாணியை

மாற்றிக்கொள்கிறார்கள்.

இதனால், நாம் கொஞ்சம் முயன்றால், எந்த ஒரு நேர்முகத் தேர்வையும் நமக்குச் சாதகமாகத் திருப்பிவிடமுடியும். நமக்கும் இன்டர்வ்யூ அதிகாரிக்கும் இடையிலான பேச்சுவார்த்தை, முடிந்தவரை நமக்கு நன்கு பரிச்சயமான, நம்முடைய பலமாக நாம் கருதுகிற தலைப்புகளிலேயே சுற்றிச் சுற்றி வரும்படி பார்த்துக்கொள்வது புத்திசாலித்தனம்.

சில சமயங்களில், நேர்முகத் தேர்வின்போது, 'தியரி' கேள்விகளோடு, 'ப்ராக்டிகல்' பரிசோதனைகளும் நிகழ்த்தப்படுவது உண்டு.

எடுத்துக்காட்டாக, நீங்கள் ஒரு குறிப்பிட்ட இயந்திரத்தில் வேலை செய்ய விண்ணப்பம் செய்திருக்கிறீர்கள். நிஜமாகவே அந்த இயந்திரத்தை உங்களால் சிறப்பாக இயக்கமுடியுமா? அதை இன்டர்வ்யூவின்போது சோதித்துப்பார்க்க வேண்டாமா?

இன்னொருவர், வங்கியில் இன்ஷுரன்ஸ் விற்பனை செய்யும் பணியில் இணைய விரும்புகிறார். அவரிடம் நான்கு நபர்களுடைய தகவல்களைக் கொடுத்து, இவர்களுக்கு எந்தவிதமான இன்ஷுரன்ஸ் பாலிசிகளைச் சிபாரிசு செய்வீர்கள் என்று கேட்டால், அவர்களுடைய திறமை பளிச்சென்று வெளிப்பட்டுவிடும் இல்லையா?

மூன்றாவதாக ஒருவர், சாஃப்ட்வேர் ப்ரொக்ராமிங் படித்திருப்பதாகச் சொல்கிறார். அவருக்கு நிஜமாகவே சாஃப்ட்வேர் எழுதத் தெரியுமா, அல்லது ஏட்டுச் சுரைக்காயா என்று பரிசோதிக்கவேண்டும்தானே?

பல சந்தர்ப்பங்களில், குறிப்பாக நல்ல அனுபவத் திறமை தேவைப்படும் வேலைகளுக்கான இன்டர்வ்யூக்களில், இதுபோன்ற பரிசோதனைகள் தவறாமல் இடம்பெறுகின்றன. ஆகவே, நேர்முகத் தேர்வுகளுக்குச் செல்கிற நாம், மனத்தளவில் இதற்குத் தயாராக இருப்பது நல்லது.

அதுமட்டுமில்லை, ஒரு வேலையை ஒழுங்காகச் செய்யத் தெரிந்தால்மட்டும் போதாது. அதை ஏன் செய்தோம், எப்படிச் செய்தோம் என்று விளக்கவும் தெரிந்திருக்கவேண்டும்.

எடுத்துக்காட்டாக, 'இந்த நபருக்கு, இந்த இன்ஷூரன்ஸ் பாலிசி பொருத்தமாக இருக்கும்' என்று நீங்கள் சொன்னால், உடனே இன்டர்வ்யூ அதிகாரி கேட்பார், 'ஏன்?'

சட்டென்று நீங்கள் ஒரு தாளை எடுத்துக் கணக்குப் போட்டு விளக்கினால், சந்தோஷம். அப்படியில்லாமல் நீங்களும் திருதிருவென்று விழித்தால்? ஏதோ மனப்பாடம் செய்து ஒப்பிக்கிறீர்கள் என்றுதானே அர்த்தம்?

இதைப் பரிசோதிப்பதற்காகச் சில அதிகாரிகள் வேண்டுமென்றே நம்மை வம்புக்கு இழுப்பார்கள், 'நீங்கள் சொல்வது தப்பு' என்று அடாவடியாகச் சொல்வார்கள்.

நமக்கு, நாம் சொல்வது சரி என்று நிச்சயமாகத் தெரியும். ஆனால் அதற்காக, 'என் கணக்கைக் குற்றம் சொல்வதற்கு நீ யார்?' என்று திருவிளையாடல் சிவாஜி கணேசன்மாதிரி சண்டைக்குப் போய்விடக்கூடாது.

நிதானமாக, நம்முடைய கணக்கை ஒருமுறைக்கு இரண்டுமுறை வாசித்துப் பார்க்கவேண்டும். அதில் ஏதேனும் தவறுகள் இருக்கக்கூடுமா என்று உள்ளுக்குள் பலமுறை யோசித்து நிச்சயப்படுத்திக் கொள்ளவேண்டும்.

அதன்பிறகு, 'இல்லை சார், நான் எழுதியிருப்பதுதான் சரி' என்று தைரியமாகச் சொல்லவேண்டும். பொருத்தமான எடுத்துக்காட்டுகள், விளக்கங்களுடன் நம்முடைய கணக்கில் தவறு எதுவும் இல்லை என்பதை நிரூபிக்கவேண்டும்.

இந்தப் பொறுமை கலந்த நிதானத்தைதான், இன்டர்வ்யூ அதிகாரிகள் நம்மிடம் எதிர்பார்க்கிறார்கள். சாஃப்ட்வேர் சூழல், பதற்றம் நிறைந்தது. எந்தச் சூழ்நிலையிலும், நாம் தடுமாறாமல் நம்முடைய நிலையில் உறுதியாக இருக்கிறோமா என்பதைப்

பரிசோதிக்கவேண்டிய அவசியம் அவர்களுக்கு உண்டு!

சுருக்கமாகச் சொல்வதென்றால், நேர்முகத் தேர்வுகளில் எதைப் பேசினாலும், அழுத்தமாக, உறுதியாக, 'இதுதான் சரி' என்பதை வலியுறுத்துகிற தோரணையில் பேசவேண்டும். மற்றபடி, நாம் என்ன பேசுகிறோம் என்பதுகூட இரண்டாம்பட்சம்தான்!

சமீப காலமாக, பல நிறுவனங்களில் '*Stress Test*' என்ற ஒரு புது விஷயம் அறிமுகப்படுத்தப்பட்டிருக்கிறது. இதன் அர்த்தம், நம்முடைய கவனத்தை, 'பொறுமை எல்லை'யைப் பரிசோதிப்பது.

எடுத்துக்காட்டாக, இன்டர்வ்யூ நடக்கும்போது, வேண்டுமென்றே ஜன்னல் கதவைத் திறந்துவிடுவார்கள், அக்கம்பக்கத்திலிருந்து ஏகப்பட்ட சத்தம் வரும், அதனால் கவனம் சிதறாமல், முகம் சுளிக்காமல் நாம் பதில் சொல்கிறோமா என்று கவனிப்பார்கள்.

இன்னோர் உத்தி, நாம் சுறுசுறுப்பாக ஏதோ கணக்குப் போட்டு விளக்கிக்கொண்டிருக்கும்போது, 'பிஸ்கட் சாப்பிடுங்க' என்று நீட்டுவார்கள், அப்போது நாம் பிஸ்கட் எடுத்துக்கொள்கிறோமா, அல்லது நாசூக்காக மறுக்கிறோமா என்பது முக்கியம் இல்லை, இந்தக் குறுக்கீட்டின்மூலம் நம்முடைய சிந்தனை தடைபடுகிறதா, அல்லது விட்ட இடத்திலிருந்து தொடர்கிறோமா என்பதை அவர்கள் கவனித்துக் குறிப்பெடுத்துக்கொள்வார்கள்.

இதுபோன்ற பரிசோதனைகளெல்லாம் எதற்கு?

நிஜ வாழ்க்கையில், எந்த வேலையும் நேர்கோடுபோல் ஓர் இடத்திலிருந்து இன்னோர் இடத்துக்கு ஓடுவதில்லை, இடையில் ஒரு தொலைபேசி அழைப்பு வரும், காபி, டீ, சாப்பாட்டு இடைவெளிகள் வரும், திடீரென்று உங்கள் மேனேஜர் கூப்பிட்டு ஒரு ரிப்போர்ட் உடனடியாக வேண்டும் என்று கத்துவார், அலுவலக ஆண்டு விழாக் கொண்டாட்டம் வரும்...

இதுபோன்ற இடையூறுகளை நம்மால் தவிர்க்கவேமுடியாது. அவற்றால் பாதிக்கப்படாமல், தொடர்ந்து நமது வேலையைச்

செய்கிற மனோபாவத்தை வளர்த்துக்கொள்ளவேண்டும்.

இப்படிப்பட்டவர்களை, 'கர்ம யோகி' என்று வர்ணிக்கிறது பகவத்கீதை. நீங்கள் நிஜமாகவே கர்ம யோகியா என்று பரிசோதிப்பதற்குதான் மேலே நாம் பார்த்த *Stress Tests!*

சில நிறுவனங்கள், இன்னும் ஒரு படி மேலே போய், வேண்டுமென்றே சில கேள்விகளைக் கேட்டு, நம்மை உணர்ச்சிவயப்படத் தூண்டுவார்கள். 'இதுவரை நீங்கள் எத்தனையோ இன்டர்வ்யூவுக்குச் சென்றிருப்பீர்கள், எங்கேயும் உங்களுக்கு வேலை கிடைக்கவில்லை, அப்படியானால் உங்களுடைய திறமை குறைவு என்றுதானே அர்த்தம்?'

இப்படிக் கேட்டு நம்மை அவமானப்படுத்துவது அவர்களுடைய நோக்கம் இல்லை, இதுபோன்ற ஒரு விமர்சனம் வீசப்படும்போது நாம் எப்படி பதில் சொல்கிறோம் என்பதைத்தான் அவர்கள் கவனிக்கிறார்கள்.

காரணம், நாளைக்கே நீங்கள் இந்த வேலையில் சேர்ந்தபிறகு, ஒரு வாடிக்கையாளரைச் சந்திக்கவேண்டியிருக்கலாம், அவர் உங்களை இப்படிக் கேவலமாகப் பேசலாம்.

அந்தச் சூழ்நிலையில், நீங்கள் சட்டையை மடக்கிக்கொண்டு சண்டைக்குப் போவீர்களா? அல்லது பொறுமையாகப் பதில் சொல்வீர்களா? இதைத்தான் அந்த நிறுவனம் இப்போதே பரிசோதிக்கிறது.

ஒவ்வொரு நிறுவனமும் ஊழியர்களை இன்டர்வ்யூ செய்கிற விதம் மாறுபடுகிறது. வெளியிலிருந்து பார்க்கிறவர்களுக்கு, அது வெறும் இருட்டறையாகத்தான் தெரியும்.

ஆனால் அங்கே செய்யப்படுகிற, கேட்கப்படுகிற ஒவ்வொரு விஷயத்துக்கும் ஒரு காரணம் உண்டு. ஒவ்வொன்றுக்கும் நாம் எப்படி எதிர்வினை *(React)* செய்கிறோம் என்பதைப் பொறுத்துதான் நாம் தேர்வு செய்யப்படலாம், அல்லது நிராகரிக்கப்படலாம்.

ஆகவே, இன்டர்வ்யூவில் வெறுமனே கேள்விக்குப் பதில் சொன்னால் போதும் என்று நினைத்துவிடாதீர்கள், இதுபோன்ற நுணுக்கங்களைத் தெரிந்துகொண்டு எல்லாவற்றுக்கும் தயாராக இருப்பது நல்லது.

ஒரு விஷயம் ஞாபகம் வைத்துக்கொள்ளுங்கள், இன்டர்வ்யூ அறையினுள் இருக்கும் சில நிமிடங்கள், அல்லது சில மணி நேரங்கள்தான், நம்முடைய அடுத்த பல ஆண்டுகளைத் தீர்மானிக்கப்போகின்றன. ஆகவே, அதிகம் ரிஸ்க் எடுக்காமல் கவனமாக, அதேசமயம் தைரியமாக அடித்து ஆடுங்கள், ஜெயித்துவிடலாம்!

14. வாசல் திறக்கிறது

இன்டர்வ்யூ நல்லபடியாக முடிந்துவிட்டது. நமக்கு நன்றி சொல்லி வெளியே அனுப்புவதற்குமுன், 'எங்களிடம் ஏதாவது கேட்க விரும்புகிறீர்களா?' என்று அந்த அதிகாரிகள் விசாரிக்கிறார்கள்.

இப்போது, பலருக்குக் குழப்பம். ஏகப்பட்ட கேள்விகள் இருக்கின்றன. எல்லாவற்றையும் கேட்கமுடியுமா? கேட்டால் அவர்கள் தப்பாக நினைத்துக்கொண்டுவிடமாட்டார்களா?

முக்கியமாக, சம்பள விஷயம். 'எனக்கு இத்தனை ரூபாய் சம்பளம் வேண்டும்' என்று நாமாகக் கேட்கலாமா? தப்பில்லையா?

கேட்கலாம். தப்பில்லை. ஆனால், இதில் இரண்டு ஆபத்துகள் உண்டு.

ஒன்று, நாம் கேட்கிற சம்பளம் ரொம்ப அதிகமாக இருந்துவிட்டால், 'பையன் திறமைசாலிதான். ஆனால் சம்பளம் கூடுதலாக எதிர்பார்க்கிறான், இவன் வேண்டாம்' என்று அவர்கள் முடிவு செய்துவிட வாய்ப்பு உண்டு.

அடுத்து, நாம் கேட்கிற சம்பளம் ரொம்பக் குறைவாக இருந்துவிட்டால்? ஒருவேளை இதைவிட அதிகம் தரலாம் என்று நினைத்தவர்கள்கூட, நம்முடைய எதிர்பார்ப்பு குறைவு என்று தெரிந்ததும் அங்கிருந்து இறங்கிவந்துவிடுவார்கள்.

ஆகவே, இந்த இரண்டுக்கும் நடுவே ஒரு விஷயம் செய்யலாம். தாமஸ் ஆல்வா எடிசன் அதைத்தான் செய்தார்.

அப்போது அவருக்கு இளம் வயது, பங்குச் சந்தை விவரங்களை அறிவிப்பதற்கான ஒரு கருவியைக் கண்டுபிடித்திருந்தார். இதனை விற்பதற்காக, ஒரு பெரிய நிறுவனத்தின் முதலாளியைச் சந்தித்தார் எடிசன்.

'மிஸ்டர் எடிசன், எனக்கு உங்கள் கருவி மிகவும் பிடித்திருக்கிறது, இதற்கு நீங்கள் எவ்வளவு தொகை எதிர்பார்க்கிறீர்கள்?' என்று கேட்டார் அவர்.

எடிசனுக்குக் குழப்பம். அவர் எதிர்பார்த்தது, 5000 டாலர்கள். ஆனால் அதை வெளிப்படையாகச் சொன்னால், அந்த முதலாளி மறுத்துவிடுவாரோ என்று தயக்கம், ஆகவே 3000 டாலர்களுக்கு இறங்கி வரலாமா என யோசித்துக்கொண்டிருந்தார்.

ஆனால், நெடுநேரம் சிந்தித்தபிறகும், அவரால் ஒரு முடிவுக்கு வரமுடியவில்லை. ஆகவே, 'நீங்கள் என்ன தொகை தர விரும்புகிறீர்கள் சார்? அதை முதலில் சொல்லுங்கள்' என்று பொறுப்பை அவரிடமே ஒப்படைத்துவிட்டார்.

அந்த முதலாளி ஒரு விநாடிகூடத் தயங்கவில்லை, 'நாற்பதாயிரம் டாலர்கள்!' என்றார்.

அதாவது, எடிசன் எதிர்பார்த்த 5000 டாலரைப்போல், எட்டு மடங்கு தொகை கொடுத்து அந்தக் கருவியை வாங்கிக்கொள்ள அவர் தயாராக இருந்தார். ஒருவேளை எடிசன் அவசரப்பட்டு வாயைத் திறந்திருந்தால், அவருக்கு 35000 டாலர்களுக்குமேல் நஷ்டமாகியிருக்கும்.

சம்பள விஷயத்தில், நாமும் தாமஸ் ஆல்வா எடிசனைப் பின்பற்றலாம், இன்டர்வ்யூவின்போது, 'நீங்கள் என்ன சம்பளம் எதிர்பார்க்கிறீர்கள்?' என்று அவர்கள் கேட்டால், அதற்கு பதில் சொல்லாமல், 'நீங்கள் என்ன சம்பளம் தருவீர்கள்?' என்று திருப்பிக் கேட்கலாம். அதற்கு அவர்கள் சொல்லும் பதிலை வைத்து, முடிவு செய்யலாம்.

ஆனால் ஒன்று, வேலை தேடுகிற நிலையில், நாம் பணத்துக்கு அதிக முக்கியத்துவம் தராமல் இருப்பதே நல்லது. இதைக் காரணமாகக் காட்டி, ஒரு நல்ல வேலையை, அனுபவத்தை இழந்துவிடுவது புத்திசாலித்தனம் இல்லை.

இப்போதெல்லாம், பெரிய நகரங்களில் வேலை தேடுகிற இளைஞர்கள், மிகக் குறைந்த சம்பளத்திலோ, அல்லது சம்பளமே இல்லாமலோதான் வேலையில் சேர்கிறார்கள். பிறகு அங்கே தங்கள் திறமையைக் காட்டி நிரூபித்தபிறகு, நல்ல சம்பளத்தில் வேறு வேலைக்குத் தாவுகிறார்கள், அல்லது அதே நிறுவனத்தில் இன்னொரு சிறப்பான பொறுப்புக்கு மாறுகிறார்கள்.

இந்த விஷயத்தை நம்முடைய கண்ணோட்டத்தில் மட்டும் பார்க்காமல், நமக்கு வேலை தருகிற நிறுவனங்களின் கோணத்திலிருந்தும் யோசித்துப் பாருங்கள். முன்னே பின்னே தெரியாத ஒருவரை வேலைக்குச் சேர்க்கிற அவர்கள், எதை நம்பி உங்களுக்குச் சம்பளத்தைக் கொட்டித் தரமுடியும்?

நீங்கள் திறமைசாலியாகவே இருக்கலாம். ஆனால் அதை அவர்கள்முன் நிரூபிக்கும்வரை, கொஞ்சம் தள்ளியிருந்து கவனிப்பதுதான் நல்லது என்று அவர்கள் நினைப்பதில் தப்பில்லை.

எங்கள் நிறுவனத்திலேயே, மாதம் 4000 ரூபாய் சம்பளத்தில் இரு இளைஞர்கள் வேலைக்குச் சேர்ந்தார்கள். அடுத்த நான்கு மாதங்களில் அவர்களுக்கு மூன்று முறை சம்பளம் உயர்ந்தது, ஒரே ஆண்டுக்குள் அவர்களுடைய சம்பளம் இருபதாயிரத்தைத் தாண்டிவிட்டது.

இப்படித் தங்களுடைய திறமை, உழைப்பை நிரூபிக்கிறவர்களுக்கு, நிறுவனங்கள் தகுந்த ஊதியம் தரத் தயாராக இருக்கின்றன. இதில் உங்களுக்குச் சந்தேகமே வேண்டாம்.

ஆகவே, இன்டர்வ்யூ சமயத்தில் சம்பள விஷயத்தில் அதிகம் பிடிவாதம் பிடிக்காமல் விட்டுக்கொடுத்துப் போவது நல்லது. நமது திறமைக்கேற்ற சம்பளம் விரைவில் நமக்குக் கிடைக்கும் என்கிற நம்பிக்கை இருந்தால் போதுமானது.

அதுமட்டுமில்லை, பொதுவாகவே, வாழ்க்கையில் பணத்தை மட்டும் அடிப்படையாகக் கொண்டு பெரிய முடிவுகளை எடுப்பது தவறு என்கிறார்கள் அறிஞர்கள்.

பணம் முக்கியம்தான். ஆனால் அதுமட்டுமே முக்கியம் அல்ல. 'தினமணி' செய்தித்தாளின் முன்னாள் ஆசிரியர், 'ஏ.என். எஸ்' என்று அன்பாக அழைக்கப்படும் பிரபல எழுத்தாளர், பத்திரிகையாளர் ஏ. என். சிவராமன் இதற்கு ஓர் அற்புதமான விளக்கம் தந்திருக்கிறார்.

நம் வாழ்க்கையில் *'CASH'* அவசியம் என்று ஒப்புக்கொள்கிறார் ஏ.என்.எஸ். ஆனால் அவர் சொல்லும் *CASH* சற்று வேறுபட்டது:

C - Character
A - Ability
S - Simplicity
H - Humanity

இந்த நான்கும், எல்லோருக்கும் அவசியமானவை. ஆனால் அதில் ஒன்றிரண்டுக்குமட்டும் முக்கியத்துவம் தந்து, மற்றதைத் தவறவிட்டால், நமது மதிப்பு குறைந்துவிடுகிறது.

எடுத்துக்காட்டாக, ஒருவருக்கு எல்லாம் இருக்கிறது. ஆனால், *'C'* அதாவது *'Character'* இல்லை. அப்படியென்றால், *ASH*, அதாவது வெறும் சாம்பல்தான் மிஞ்சும்!

புதிதாக வேலைக்குச் சேர்ந்து உழைக்க விரும்பும் ஒருவர்,

கரன்ஸி CASH-ஐவிட, ஏ.என்.எஸ். சொல்லும் இந்த CASH-ஐச் சம்பாதிப்பதில் கவனம் செலுத்தினால், மிகச் சிறந்த வெற்றியாளர்களாக வளர்வார்கள்.

ஆனால், வாழ்க்கையில் ஜெயிப்பது இருக்கட்டும், என்னால் இன்டர்வ்யூக்களில்கூட ஜெயிக்கமுடியவில்லை. நான் என்ன செய்வது?

கவலைப்படாதீர்கள், நிராகரிப்பு என்பது தாற்காலிகம்தான். இன்றைக்கு நீங்கள் நன்றாக நடக்கிறீர்கள், ஆனால் சின்ன வயதில்? தட்டுத்தடுமாறி நடந்து கீழே விழுந்து பல் உடைந்தீர்கள்தானே? அதெல்லாம் இப்போது உங்களுக்கு நினைவு இருக்கிறதா?

அதுபோல, ஓர் இன்டர்வ்யூவில் தோல்வியடைந்துவிட்டால், உலகமே முடிந்துவிட்டது என்று அர்த்தம் இல்லை. உங்களுக்குத் தேர்வு நடத்திய, இன்டர்வ்யூ செய்த எல்லோருக்கும் நன்றி சொல்லி, கண்ணியமாக வெளியேறுங்கள், அடுத்த முயற்சியில் வெற்றி நிச்சயம் என்கிற உறுதியான நம்பிக்கையுடன்.

முக்கியமான விஷயம், ஒவ்வொரு வேலை முயற்சியிலும், நாம் முன்பைவிடச் சிறப்பாக ஏதேனும் செய்யவேண்டும். அதற்கு நாம் தொடர்ந்து படிக்கவேண்டும், பயிற்சி எடுக்கவேண்டும், நம்மை மேம்படுத்தியபடி இருக்கவேண்டும்.

இப்படி நாம் நமது நியாயமான உழைப்பைத் தொடரும்போது, அந்த முதல் வாசல் நிச்சயமாகத் திறக்கும். அதன்பிறகு, நம் வளர்ச்சிக்குக் குறைச்சலே இருக்காது!

ஆல் தி பெஸ்ட்!

★★★

தெளிவான எழுத்தும் ஆழமான ஆய்வும் நிறைந்த நூல்களுக்காகத் தமிழ் வாசகர்களிடையில் நன்கு அறியப்பட்டுள்ள என். சொக்கன் புனைவு, வாழ்க்கை வரலாறு, நிறுவன வரலாறு, தன்னம்பிக்கை, சிறுவர் இலக்கியம் உள்ளிட்ட துறைகளில் இதுவரை எழுபதுக்கும் மேற்பட்ட நூல்கள், நூற்றுக்கணக்கான கதைகள், கட்டுரைகளை எழுதியுள்ளார். விரிவான ஆய்வுகள், சான்றுகளின் அடிப்படையிலான ஆழமான வரலாற்று நூல்களைத் தமிழில் எழுத இயலும், அவற்றைப் பெரும்பான்மை வாசகர்களுக்குக் கொண்டுசேர்க்கவும் இயலும் என்பதைப் பலமுறை நிரூபித்த எழுத்து வகை இவருடையது.

தமிழ், ஆங்கிலம் ஆகிய இரு மொழிகளிலும் எழுதும் சொக்கனுடைய நூல்கள் ஹிந்தி, கன்னடம், மலையாளம் உள்ளிட்ட பல மொழிகளில் மொழிபெயர்ப்பாகியுள்ளன.

www.ingramcontent.com/pod-product-compliance
Lightning Source LLC
LaVergne TN
LVHW100256051026
849517LV00006B/2112
* 9 7 8 9 3 9 3 8 8 2 2 5 7 *